പ്രണയത്തിന്റെ ചില നിഗൂഢതകൾ

ഷമീർ സൈഗോ

Copyright © Shameer Zygo
All Rights Reserved.

ISBN 979-888591358-4

This book has been published with all efforts taken to make the material error-free after the consent of the author. However, the author and the publisher do not assume and hereby disclaim any liability to any party for any loss, damage, or disruption caused by errors or omissions, whether such errors or omissions result from negligence, accident, or any other cause.

While every effort has been made to avoid any mistake or omission, this publication is being sold on the condition and understanding that neither the author nor the publishers or printers would be liable in any manner to any person by reason of any mistake or omission in this publication or for any action taken or omitted to be taken or advice rendered or accepted on the basis of this work. For any defect in printing or binding the publishers will be liable only to replace the defective copy by another copy of this work then available.

7 ആം ക്ലാസ്സിൽ പഠിക്കുന്ന

സമയത്താണ് ആദ്യമായി കഥാരചനക്കും കവിതാരചനക്കും പേര് നൽകുന്നതും അതിൽ കഥാരചനക്ക് സെക്കന്റും കവിതാ രചനക്ക് ഫസ്റ്റും നേടിയതിനു ശേഷം

പിന്നീട് എഴുതിത്തുടങ്ങുന്നത് ഒരുപാട് വർഷങ്ങൾക്കിപ്പുറം ജീവിതത്തിന്റെ കുസൃതികൾക്കിടയിൽ അടിതെറ്റി വീണപ്പോൾ

പിടിച്ചു നിൽക്കാനോ അതിജീവിക്കാനോ വേണ്ടിയാണെന്ന് തിരിച്ചറിഞ്ഞില്ലെങ്കിലും

ആ കടന്നു പോകുന്ന സമയങ്ങളിൽ അത് വലിയ ആശ്വാസമായിരുന്നു എന്നത് അനുഭവപ്പെടാറുണ്ടായിരുന്നു..

പതിയെ സമൂഹമാധ്യമമായ ഫേസ്ബുക്കിൽ

എഴുതിത്തുടങ്ങുമ്പോൾ അനേകം സുഹൃത്തുക്കളുടെ പ്രോത്സാഹനം എന്നെ അതിജീവനത്തിന് പ്രാപ്തമാക്കുകയായിരുന്നു..

എല്ലാ സമർപ്പണവും എന്റെ പ്രിയ സുഹൃത്തുക്കൾക്ക് മാത്രം അർപ്പിച്ചു കൊള്ളുന്നു..

നന്ദി.. നന്ദി.. നന്ദി..

ഉള്ളടക്കം

നാഥൻ

അങ്ങനെ അയാൾ മരിച്ചു ,ആൻസി കഥ പറഞ്ഞവസാനിപ്പിച്ചു,

പലപ്പോഴും ചിന്തിച്ചിട്ടുണ്ട് , എന്തിനയാൾ ഈ ബംഗ്ലാവിലേക്കു വന്നു എന്ന്..

ബ്രിട്ടീഷുകാർ നാട് വിട്ടപ്പോൾ ഇവിടെ താമസിച്ചിരുന്ന സായിപ്പ്
അച്ഛരന് ഇഷ്ടദാനം കൊടുത്തതാണ് ഈ ബംഗ്ലാവ് ,

പൊളിച്ചു കളയാൻ തോന്നിയില്ല,

അച്ഛരൻ പോയപ്പോൾ ഞങ്ങളിത് ഒന്ന് മിനുക്കി ടൂറിസ്റ്റുകൾക്ക് താമസിക്കാനുള്ള
ഹോംസ്റ്റേ പോലെയാക്കി .. ഏക്കറുകളോളം പരന്നു കിടക്കുന്ന
ചായത്തോട്ടത്തിനു നടുവിൽ തലയുയർത്തി നിൽക്കുന്ന ബംഗ്ലാവ്..

ഇവിടുന്നൊരു ചായപ്പൊടിയോ പഞ്ചസാരയോ പോലും വാങ്ങണമെങ്കിൽ
മിനിമം ഇരുപതു കിലോമീറ്റർ പോവണം ..

രാവിലെ സൂര്യനുദിച്ചാലും കോടമഞ്ഞു വിട്ടു പോവില്ല..

പകലിടക്കിടെ ആ കാണുന്ന പുഴയരികിൽ ആനക്കൂട്ടങ്ങളും
മാനുകളും ,കാട്ടുപ്പോത്തുകളും പലവിധ കിളികളും സുലഭമായി കാണാം..

ആഴ്ചയിലൊരിക്കൽ ചെമ്പനും മാതുവും ഇവിടേക്കുള്ള സാധനങ്ങൾ
ടൗണിൽ പോയി മേടിച്ചു കൊണ്ടുവരും..

ഹോംസ്റ്റേ ആക്കാനുള്ള അവസാന മിനുക്കുപണിയും തീർത്ത ദിവസം

മകൾ അമേരിക്കയിൽ നിന്നും ഇൻ്റർനെറ്റിൽ പരസ്യമിട്ടു ..

ഇവിടെ മൊബൈലിനൊന്നും സിഗ്നൽ ഇല്ല, ആകെയുള്ളത് പഴയ ബിഎസ് എൻ എൽ ൻ്റെ

പഴയ ലാൻഡ്ഫോൺ ,നെറ്റ്കണക്ഷന് അപേക്ഷിച്ചിട്ടുമുണ്ട്..

ഒരാഴ്ച കഴിഞ്ഞപ്പോൾ രാത്രി 12:28 ന് ഒരു കോൾ ,

ആകെ ഒന്നോ രണ്ടോ കോളുകൾ മാത്രം വരുന്നതിനാലും ഉറക്കച്ചടവിൽ

എഴുന്നേറ്റ് ആദ്യം നോക്കിയത് ക്ളോക്കിലേക്കായതിനാലും സമയമിപ്പോഴും നല്ല ഓർമയുണ്ട് ..

റിസീവർ എടുത്തു ചെവിയിലേക്ക് ചേർത്തു ,

ഹലോ ..

ഹലോ , ഐ ആം നാഥൻ ..

ഞാൻ നിങ്ങളുടെ ഹോംസ്റ്റേയുടെ പരസ്യം കണ്ടാണ് വിളിക്കുന്നത് ,

എനിക്കൊരാഴ്ചത്തേക്കൊരു റൂം വേണം..

അതിനെന്താ സാർ ,ധൈര്യമായിപ്പോന്നോളൂ ..

ശരി , മറ്റന്നാൾ രാവിലെ ഞാനെത്തും,

സാർ , ഒരു മിനിറ്റ് ..

ടൗണിലെത്തുമ്പോൾ ജീപ്പ്സ്റ്റാൻഡിലെത്തിയിട്ടു

ആൻ്റോ എന്ന ഡ്രൈവറെ അന്വേഷിച്ചാൽ മതി ,ഞാൻ പറഞ്ഞേൽപ്പിക്കാം ..

ഓക്കേ ..

ഹാവ് എ നൈസ് സ്ലീപ് .

⁙

അയാൾ വന്നു ,

നര പടർന്നു തുടങ്ങിയ കുറ്റിത്താടിയും മുടിയും ,ഒരു ഇരുമ്പുപെട്ടിയും

വലിയ ഒരു മുഷിഞ്ഞ ബാഗും ..

ഞാൻ അദ്ദേഹത്തെ വെൽകം ചെയ്തു ,

നല്ലൊരു കാപ്പി വേണം ,

നാഥൻ പറഞ്ഞു ..

ചെമ്പാ , സാറിനൊരു കാപ്പി..

മാതു

അടുക്കളയിലേക്കോടി കാപ്പി

പെട്ടെന്നിട്ടു ചെമ്പനെ ഏൽപ്പിച്ചു..

അഡ്വാൻസ് ചോദിക്കുന്നതിനു മുൻപേ പതിനായിരം രൂപയും തന്നു ,

എനിക്കായി പ്രത്യേകിച്ചു ഭക്ഷണമൊന്നും ഉണ്ടാക്കേണ്ട ,

അതും പറഞ്ഞു അയാൾ റൂമിലേക്ക് പോയി..

രണ്ടു ദിവസം കഴിഞ്ഞു ,

ആരോടും അദ്ദേഹം കൂടുതൽ സംസാരിക്കാൻ ശ്രമിക്കുന്നില്ല ..

ആദ്യത്തെ കസ്റ്റമർ ആയതു കൊണ്ട് തിരിച്ചൊന്നും കൂടുതൽ ചോദിച്ചതുമില്ല ,

ഭക്ഷണത്തിനെക്കുറിച്ചൊന്നും പറഞ്ഞുമില്ല , ഇടയ്ക്കു അടുക്കളയിൽ വരും ,

അവിടെ ബാക്കിയുള്ളവ വല്ലതും എടുത്തു കഴിക്കും ..

വീണ്ടും റൂമിലേക്ക് ..

മൂന്നാമത്തെ രാത്രിയിൽ അയാൾ റൂമിനു വെളിയിൽ

നിലാവിൽ വന്നു എന്തൊക്കെയോ

ഒറ്റയ്ക്ക് സംസാരിക്കുന്നുണ്ട് ..

നന്നായി മദ്യപിച്ചിട്ടുണ്ട് എന്ന് കണ്ടാലറിയാം..

ഇടയ്ക്കിടെ പൊട്ടിക്കരയുന്നുമുണ്ട് ,

സാറ അടുത്ത് ചെന്നു ,

സാർ ,

അയാൾ തിരിഞ്ഞു നോക്കി ,

കണ്ണുകൾ ചുവന്നിരിക്കുന്നു ..

കണ്ണീരിനാൽ കവിളുകൾ
നനഞ്ഞു കുതിർന്നിരുന്നു..
കാൾ മി നാഥൻ ,
ഐ ആം നോട് സാർ ,
ഞാൻ... ഞാൻ .. സാറല്ല .. ആരുമല്ല .. ആരും .. ആരുമല്ല..
സാറ ഒരു വിധം അയാളെ റൂമിലെത്തിച്ചു കിടത്തി ..
റൂം മുഴുവൻ പുസ്തകങ്ങളും വസ്ത്രങ്ങളും വലിച്ചു വാരിയിട്ടിരിക്കുന്നു ..
സിഗരറ്റുകുറ്റികൾ , ഒഴിഞ്ഞ കുപ്പി,പകുതിയെഴുതി നിർത്തിയ കടലാസുകൾ ,
അതിനിടയ്ക്കാണ് സാറക്ക് ഒരു പുസ്തകത്തിൽ കണ്ണുടക്കിയത് ..
"മഴയൊരുക്കം"
വ്രിട്ടൻ ബൈ നാഥൻ ,
പുറം ചട്ട യിൽ മഴത്തുള്ളി പോലൊരു പൊട്ടു തൊടുന്ന ചുവന്ന ചേലയുടുത്ത
മുഖം വ്യക്തമാകാത്ത മുടിയഴിച്ചിട്ട ഒരു സ്ത്രീരൂപവും .
ചട്ട മറിച്ചു പേജിലേക്ക് കടന്നു ,
പ്രമുഖനായ എഴുത്തുകാരൻ നാഥനെക്കുറിച്ചു
വിവരിച്ചു കൊണ്ടു ആമുഖമെഴുതിയിരിക്കുന്നു ..
അടുത്ത പേജിൽ നാഥൻ മുൻപെഴുതിയ
പുസ്തകങ്ങളുടെ പേരുകൾ നിരനിരയായി കിടക്കുന്നു .
ദൈവമേ ഈ നാഥൻ ..
സാറ അവളുടെ റൂമിലേക്കോടി ,
അലമാരയിൽ തപ്പിഅവൾ സൂക്ഷിച്ചു വച്ചിരുന്ന രണ്ടുമൂന്നു പുസ്തകങ്ങളെടുത്തു,
വലിയ വായനക്കാരിയല്ലാത്തതിനാലാവണം
പ്രസാധകരെയോ എഴുത്തുകാരനെയോ
ഓർമിക്കാറില്ല ..അഥവാ അറിയാറില്ല ..

സാറ അത്ഭുതപ്പെട്ടു,

അവൾ ഒന്നുകൂടി നാഥന്റെ റൂമിന്റെ വാതിലിൽ വന്നു നോക്കി ,

ബോധമില്ലാതെ അയാൾ ഉറങ്ങുകയാണ് .

അടുത്ത പ്രഭാതം ..

കയ്യിൽ കപ്പുമായി സാറ വാതിലിൽ മുട്ടി..

നാഥൻ എഴുന്നേൽക്കുന്ന മട്ടില്ല ,

മനസ്സിനകത്തു തോന്നിയ

ഏതോ ശക്തിയുടെ അമിതസ്വാതന്ത്ര്യം

സാറയെ അകത്തേക്ക് നയിക്കുകയും നാഥനെ വിളിച്ചുണർത്താൻ

പ്രേരിപ്പിക്കുകയും അതു ചെയ്യുകയും ചെയ്തു...

ക്ഷുഭിതനായി എണീറ്റനാഥൻ ജനലരികിലേക്കു നടന്നു , മുഖത്തു നോക്കാതെ വഴക്ക് പറയുകയും പിറുപിറുക്കുകയും ചെയ്തു..

സാറയുടെ കണ്ണുകൾ എന്തിനെന്നറിയാതെ നിറഞ്ഞൊഴുകി..

തിരിഞ്ഞു നോക്കാതെ നടക്കാൻ

തുടങ്ങിയ സാറയെ നാഥന്റെ ഒരു വിളി തടഞ്ഞു നിർത്തി ..

നിറകണ്ണുകളുമായി തിരിഞ്ഞു നോക്കിയ സാറയോട് നാഥൻ..

ആ കാപ്പിയിങ്ങു തരൂ ..

കാണാമറയത്തോളം അഴകിൽ ,ഒതുക്കത്തിൽ

തിരമാലകളുടെ നിശ്ചലദൃശ്യം പോലെ

മഞ്ഞുകൾ മുത്തുന്ന ചായച്ചെടികൾ അയാളുടെ കണ്ണുകൾക്ക് ആ പകൽ

വിരുന്നൊരുക്കി ..

ചുണ്ടിനിടയിൽ ആവി പറക്കുന്ന രസം തുളുമ്പുന്ന കാപ്പി മുത്തുന്ന ചോക്ലേറ്റിന്റെ മണമുള്ള , ഓരോ ചൂടുള്ള ശ്വാസങ്ങളും അയാൾ നുണഞ്ഞിറക്കി ..

ശേഷം

സാറയൊഴിഞ്ഞ വാതിൽക്കലേക്കു

പുഞ്ചിരിക്കാതെ പുഞ്ചിരിക്കുന്ന

കണ്ണുകളുമായി അയാൾ

അൽപ്പനേരം നോക്കി നിന്നു ..

റിസപ്ഷൻ ..

സാറ പത്രം വായിക്കുന്നു ,

ചെമ്പൻ സോഫയിൽ ചുരുണ്ടു കൂടി കിടക്കുന്നു ..

നാഥൻ കടന്നു വന്നു ,

സാറാ.. ഇവിടെ എത്ര റൂംസ് ഉണ്ട് ?

4, സാറ മറുപടി കൊടുത്തു,

ഓരോന്നിനും എത്രയാ റെന്റ് ?

എല്ലാത്തിനും ഒരേ റെന്റ് ആണ് ..

ഓക്കേ , ആ രൂപ ഞാൻ തന്നാൽ ഇവിടെ കുറച്ച് കാലത്തേക്ക് എനിക്ക് താമസിക്കാമല്ലോ , തൽക്കാലത്തേക്ക് മറ്റൊരു ഗസ്റ്റ് ഇവിടെ വേണ്ട , സാറക്കിഷ്ടമുണ്ടേൽമാത്രം,

ഞാനായിട്ടു നിങ്ങൾക്കൊരു ബുദ്ധിമുട്ടുമുണ്ടാക്കില്ല ..

ഐ ലൈക് ദിസ് പ്ലോട്ട്..

ചെയ്യാം , വീണ്ടും സാറ മറുപടി കൊടുത്തു..

ഒരു പണക്കെട്ടെടുത്തു റിസെപ്ഷന്റെ മുകളില് വച്ച് സിഗരറ്റിന്റെ അവസാനപുകയും ആഞ്ഞു വലിച്ചു നിലത്തേക്കിട്ടു

നാഥൻ ചവിട്ടിയുരച്ചു...

എനിക്കിവിടെ ഇഷ്ടപ്പെട്ടു ,
കൂടുതലൊന്നും പറയുന്നില്ല ,
ബാക്കി നിങ്ങളുടെ ഇഷ്ടം ..
നാഥൻ തിരിഞ്ഞു നടന്നു...

༄

ആഴ്ചകൾ പലതും കടന്നു പോയി..

കൊടുങ്കാറ്റിലകപ്പെട്ട കരിയിലയെപ്പോലെ ദിശയറിയാതെ ചുഴറ്റിയെറിയപ്പെട്ടവനാണ് താനെന്നു നാഥൻ ഇടക്കിടെ പറയുമായിരുന്നു..

മദ്യം അയാളെ ഒറ്റപ്പെടലിന്റെ ഭീകരതയെക്കുറിച്ചു വാ തോരാതെ സംസാരിപ്പിക്കുമായിരുന്നു..

നിലാവുള്ള രാത്രികളിൽ പുറത്തിറങ്ങി ശൂന്യതയിൽ നോക്കി
സംസാരിക്കുകയും കണ്ണീർ വാർക്കുകയും ചെയ്യുന്ന നാഥൻ ,
മഴയുള്ള രാത്രികളിൽ
പക്ഷെ എത്ര മദ്യപിച്ചാലും ശാന്തനായിരുന്നു ..

വാതിൽപ്പടിയിൽ തല വച്ചു പുറത്തെ മഴയെ നിസ്സഹമായി ,നിശബ്ദമായി , കണ്ണീർ വാർത്തു കൊണ്ടു പരാതികളില്ലാതെ,പരിഭവങ്ങളില്ലാതെ വെറുതെ നോക്കിയിരിക്കുന്നത് കാണാം ..

മദ്യപിച്ചു ക്ഷീണിച്ചു കഴിയുമ്പോൾ അതേ വാതിൽപ്പടിയിലും,
ചിലപ്പോൾ മറ്റേതെങ്കിലും റൂമുകളിലോ,ഇനിയും ചിലപ്പോൾ സോഫയിലോ ,
മറ്റു ചിലപ്പോൾ ഹാളിലോ നിലത്തോ ഒക്കെയായിരിക്കും കിടക്കുന്നത്..

പകൽ മുഴുവൻ കതകടച്ചിരുന്നു എഴുത്തും , രാത്രികൾ ഓർമ്മ നശിക്കുന്നത്

വരെയുള്ള മദ്യപാനവും ദിവസങ്ങളോളം തുടർന്നു കൊണ്ടിരുന്നു ..

അങ്ങനെയിരിക്കെ മഴയുള്ള ആ രാത്രിയിൽ അതു സംഭവിച്ചു ..

ഒരുപാട് മദ്യപിച്ചിട്ടുണ്ടെങ്കിലും സൗമ്യനായി കാണപ്പെട്ട ദിവസം ..

പതിവുപോലെ വാതിൽപ്പടിയിൽ മഴയെ നോക്കിയിരുന്ന് കണ്ണിലൊളിപ്പിച്ച
കടലുമായി ചുണ്ടിലെ സിഗരറ്റുകുറ്റി നീറിപ്പുകഞ്ഞു കൊണ്ടിരിക്കുന്നു ,

ഊറിക്കൊണ്ടിരിക്കുന്ന കണ്ണുനീർ കണ്ണുകളിൽ നിറഞ്ഞൊഴുകാൻ
തുടങ്ങുന്നതിന്റെ തൊട്ടു മുൻപ് നാഥൻ മദ്യത്തിന്റെ മണമുള്ള കട്ടച്ചുവപ്പുള്ള
ചോര വോമിറ്റ് ചെയ്തു ഇരിക്കുന്നിടത്തു തളർന്നു വീണു ..

ചെമ്പൻ അലറി വിളിച്ചു കൊണ്ടു അകത്തേക്കോടി ..

സാറാ ഓടി വന്നു നാഥനെ മടിയിൽ താങ്ങിയെടുത്തു ..

എന്ത് ചെയ്യണമെന്നറിയാതെ പകച്ചു പോയ സാറയോട് പാതിതുറന്നും
അടഞ്ഞു കൊണ്ടുമിരിക്കുന്ന കണ്ണുകളുമായി നാഥൻ വേദനകൾക്കിടയിലും പറഞ്ഞു,

"എ.. എനിക്ക് പോകാനുള്ള സമയമായി ,ഈ.. ഈ ഒരു ദിവസത്തിന് വേണ്ടി ...
വേണ്ടി .. ആയിരുന്നു .. ഞാൻ കാത്തിരുന്നത് ..ഭീരുവായിരുന്നു ഞാൻ .. കൂടാതെ
ഒരുപാട് സ്വപ്നം കാണുന്നവനും മോഹിക്കുന്നവനും ആയിരുന്നു..

അതു കൊണ്ടു തന്നെ ആത്മഹത്യയോട് ഭയമായിരുന്നു..

ഞാനിവിടെ ജീവിക്കുകയായിരുന്നു ..

ഒരർത്ഥത്തിൽ ഞാൻ എന്നെ സ്വതന്ത്രമായി എന്നെ കെട്ടഴിച്ചു വിടുകയായിരുന്നു ..

കാലത്തിന്റെ കുത്തൊഴുക്കിൽ അനുഭവങ്ങൾ തുറുങ്കിലടച്ച എന്നെ
ഞാനായി സ്വാതന്ത്രനാക്കുകയായിരുന്നു..

ഒറ്റപ്പെടുത്തിയതായിരുന്നു പലരും..മറ്റു ചിലപ്പോഴൊക്കെ മനപ്പൂർവ്വം ഒറ്റപ്പെടുന്നതും..

നന്ദി .. നന്ദി .. "

സാറയുടെ കണ്ണുകൾ നിറഞ്ഞൊഴുകി..

മിന്നലിനോടൊപ്പം വന്ന ഇടിക്കു മറുപടിയെന്നോണം അറിയാതെയാണെങ്കിലും അപ്രതീക്ഷിതമായിഒരു പൊട്ടിക്കരച്ചിൽ അവളിൽ നിന്നും
ജനിച്ചു മഴത്തുള്ളികൾക്കുള്ളിലൂടെ മേഘങ്ങൾക്കിടയിലൂടെ ആകാശം തേടി യാത്രയായി..

നാഥന്റെ രക്തം ചുണ്ടുകളിലൂടെ ഒലിച്ചിറങ്ങി കവിളിലൂടെ സാറയുടെ കൈത്തണ്ടയിൽ പടർന്നു തുടങ്ങിയിരുന്നു ..

എന്തിനെന്നറിയാതെ അവൾ നാഥന്റെ മുടിയിഴകളിലൂടെ വിരലോടിച്ചു
മാറിലേക്ക് ചേർത്തു പിടിച്ചു നിശബ്ദമായി പൊട്ടിക്കരഞ്ഞു കൊണ്ടേയിരുന്നു..

൭

അങ്ങനെ അയാൾ മരിച്ചു ..

അയാൾ എനിക്ക് ആരുമല്ലായിരുന്നു,പക്ഷേ .. പക്ഷേ .. പിന്നെന്തിനാണ്
ഞാനത്രയും കരഞ്ഞു പോയത് ..ചേർത്തു പിടിച്ചത് ..

അറിയില്ല , അറിയില്ല ..

ചില ചോദ്യങ്ങൾക്കുത്തരമില്ല,അല്ലെങ്കിൽ ഉണ്ടാവരുത് ..

അതാണ് അതിന്റെ ഭംഗി..

കാറ്റ് തിരക്കിട്ട യാത്രയിലായിരുന്നു..

എന്നിട്ടും ആ പനിനീർപ്പൂവിനു ചുറ്റും ഒന്നു വലം വച്ചു..

സൌന്ദര്യം ആവോളമുള്ള സുന്നരിക്കുട്ടി..

അവളുടെ അമ്മയെ നോക്കി..

ഇലക്കു ചുറ്റും ചെറിയ മുള്ളുകൾകൊണ്ട് വേലി തീർത്തിരിക്കുന്നു..

അവളെ ആരും ഉപദ്രവിക്കാതിരിക്കാൻ..

എന്റെ വരവ് അവരെ ഭീതിയിലാക്കിയിരിക്കുന്നു..

ആ കുഞ്ഞു ഇലകളും അതിലുള്ളമുള്ളുകളും മതിയാവില്ല എന്നെതടയാൻ..

എന്തു കൊണ്ടോ , തിരക്കായിട്ടു കൂടിഞാൻ വഴി മാറി സഞ്ചരിച്ചു..

ദൂരെ നിന്നും തിരിഞ്ഞു നോക്കി..

പുഞ്ചിരി തൂകുന്ന മുഖവുമായിപനിനീർപ്പൂവും പറഞ്ഞറിയിക്കാനാവാത്ത
നന്ദിയുമായി അവളുടെ അമ്മയും,.

എനിക്കും എന്തെന്നില്ലാത്ത സന്തോഷം..

ഏതാനും മണിക്കൂറുകൾ കൊണ്ട് മരങ്ങളും മലകളും കടന്നു ഞാൻ
അറബിക്കടലിന്റെ തീരത്തെത്തി,എന്റെ പ്രിയകൂട്ടുകാരനായ തിരമാലയെ തേടി..

ഒരുപാട് തിരകളുണ്ടെങ്കിലും അവനെ എനിക്ക് പെട്ടെന്ന് തിരിച്ചറിയാം..

എപ്പോഴും തീരത്ത് വരുന്ന കുട്ടികൾക്കൊപ്പം നൃത്തം ചെയ്തും
അവരെ നനയിപ്പിച്ചും കുഞ്ഞുപാദങ്ങളിൽ ഉമ്മ വച്ചും ഇരിക്കാനാണ് അവനിഷ്ടം..

ദൂരെ മാറി ഒരു കൂട്ടം കുട്ടികൾസന്തോഷത്തോടെ ആർത്തു ചിരിച്ചു
കളിക്കുന്നു..നിമിഷങ്ങൾ കൊണ്ട് ഞാനവിടെപറന്നെത്തി..

അതെ അതവനാണ്..

ഒരു കുസൃതിക്കുടുക്ക മണലിൽവരച്ച ചിത്രം മായ്ക്കാനുള്ള ശ്രമത്തിലാണ്..

എന്നെ കണ്ടതും അവനു വല്യസന്തോഷമായി..

ഞാനോടിച്ചെന്നു അവനെ കെട്ടിപ്പിടിച്ചു..

ഞാനവനെയും കൂട്ടി കടൽപ്പാലത്തിനരുകിലേക്ക് പോയി,അവനു മുകളിൽ വട്ടമിട്ടു പറന്നു

എന്തൊക്കെയോ നിന്റെ വിശേഷങ്ങൾ??
ഞാൻ ചോദിച്ചു..

എനിക്കെന്തു വിശേഷങ്ങൾ??എനിക്കീ കുട്ടികളും തെരുവോര
കച്ചവടക്കാരേം മാത്രമേ അറിയൂ..പിന്നെ രാത്രികളിൽ തീരത്ത്

ലഹരി ഉപയോഗിക്കാൻ വരുന്നവരേം,

ഇന്നലെ രാത്രിഒരാളോടൊപ്പം ഒരു സ്ത്രീയുമുണ്ടാരുന്നു,
മണ്ണു പറ്റിയ വിയർപ്പുതുള്ളികൾക്കൊപ്പം..

എല്ലാരും പോയിക്കഴിയുമ്പോൾ
ആ സ്ത്രീ കടലിലേക്കിറങ്ങി ഒരുപാട്കരഞ്ഞു..

ആ കണ്ണീരിന്റെ ഉപ്പ് എന്റെ ഉപ്പുരസത്തെക്കാൾ
വളരെ കൂടുതലായിരുന്നു..

എന്താണാവോ അങ്ങനെ..

അതൊക്കെ പോട്ടെ , നിന്റെ വിശേഷങ്ങൾ പറ..
നീയല്ലേ ലോകം മുഴുവൻ കറങ്ങിക്കൊണ്ടിരിക്കുന്നത്..

ഞാനും അവനോട്ഒരുപാട് വിശേഷങ്ങൾ പങ്കു വച്ചു..
കൂട്ടത്തിൽ പനിനീർപ്പൂവിന്റെ വിശേഷങ്ങളും..

പനിനീർപ്പൂവോ ?? അതെന്താ..??

പനിനീർപ്പൂവിന്റെ സൌന്ദര്യവുംസൌരഭ്യവും എല്ലാം ഞാനവന്
വിവരിച്ചു കൊടുത്തു..

ഒരു മാന്ത്രിക ലോകത്തെന്ന പോലെഅവനെല്ലാം കേട്ടിരുന്നു..

സൂര്യൻ അസ്തമിച്ചു..

എനിക്ക് തിരിച്ചു പോവാനുള്ള സമയമായി..

നിലാവെളിച്ചത്തിൽ തിരയുടെ
സുന്ദരമേനി പതിവിനേക്കാൾ കൂടുതൽ വെട്ടിത്തിളങ്ങുന്നു..

എനിക്കവളെ, ആ പനിനീർപ്പൂവിനെഒന്നു കാണാൻ പറ്റുമൊ??

ഞാനവനെ നോക്കി..

ഒരുപാട് പ്രതീക്ഷ നിറഞ്ഞ മുഖവുമായി ഒരുപാട് സമയത്തെ നിശബ്ദതക്ക് ശേഷമുള്ള അവന്റെ
ചോദ്യം..

ഒരിക്കലും നടക്കാത്തത്..എങ്ങനെ സംഭവിക്കും..??

അവന്റെ ദയനീയമായ നോട്ടം താങ്ങാനാവാതെ ഞാൻ വിട പറഞ്ഞു തിരിച്ചു പോയി..

൭

നേരം പുലരുന്നു..

പനിനീർപ്പൂ ഉണർന്നിട്ടില്ല..

ഞാൻ കാത്തിരുന്നു..

ഞാനും അറിയാതെ മയങ്ങിപ്പോയി..

അവളൊന്നനങ്ങി..

അവളുടെ അമ്മ മൂർച്ചയുള്ള മുള്ളുകൾ കൊണ്ട് എന്നെ തൊട്ടുണർത്തി..

എനിക്കത്ഭുതം തോന്നി..മുള്ളുകൾ കൊണ്ട് ഇത്ര
മൃദുവായി തലോടാനാവുമോ??

അവരുടെ പുഞ്ചിരികൾ എന്നെകൂടുതൽ ഉന്മേഷവാനാക്കി..

ഞാൻ എന്റെ ഉറ്റ സുഹൃത്തായ തിരയുടെ വിശേഷങ്ങൾപറഞ്ഞു..

നിന്നെ കാണാൻ പറ്റുമോന്നു
ചോദിച്ചു അവൻ..

അവളുടെ മുഖം നാണത്തിൽ കുളിച്ചു നിന്നു..

ഇപ്പോൾ അവളുടെ സൗന്ദര്യംപതിന്മടങ്ങ് വർദ്ധിച്ചിരിക്കുന്നുവോ??

അവരോട് യാത്ര പറഞ്ഞു പോവാൻ
തുടങ്ങുമ്പോൾ അവൾ പറഞ്ഞു ,

ഇനി കാണുമ്പോൾ ആ കുട്ടിക്കുറുമ്പനെ എനിക്ക് ഒരുപാട് ഇഷ്ടമാണെന്ന് പറയണം..

മകളുടെ ഇഷ്ടം അമ്മയ്ക്കും സന്തോഷം..

കൊഴിഞ്ഞു പോയ മൂന്നു ദിനങ്ങൾ..

കാറ്റ് വീണ്ടും അറബിക്കടലിന്റെ തീരത്തെത്തി..

അവനെക്കണ്ടില്ല..

സന്തോഷിക്കുന്ന കുട്ടികളില്ല..

ആർത്തട്ടഹസിച്ചു ഭയപ്പെടുത്തുന്ന മറ്റു തിരമാലകൾ മാത്രം..

ഒരുപാട് സമയത്തെ തിരച്ചിലിനു ശേഷം കണ്ടു..

തീരത്തടിഞ്ഞ ഒരു ശംഖിൽ തല വച്ചു കിടക്കുന്ന അവനെ..

അവൻ നന്നേ ക്ഷീണിതനാണ്..

എന്നെക്കണ്ടതും അവൻ ഓടിയടുത്തു..

ഞാനവനു മുകളിൽ വട്ടമിട്ടു പറന്നു..

അവനവളെക്കുറിച്ച് മാത്രം അറിഞ്ഞാൽ മതിയായിരുന്നു..

ഞാൻ പറഞ്ഞു, അവൾക്കും നിന്നെ
ഒരുപാടിഷ്ടമാണെന്നു പറയാൻ പറഞ്ഞിട്ടുണ്ട്..

അവൻ കുറഞ്ഞ നിമിഷങ്ങൾ കൊണ്ട് കണ്ണെത്തുന്ന ദൂരമത്രയും കടലിലൂടെ തുള്ളിച്ചാടി
ഓടി നടന്നു..

ഒരു കിതപ്പോടെ വീണ്ടും തിരിച്ചു വന്നു..

ആ സന്തോഷം കണ്ടപ്പോഴാണ് പ്രണയത്തിന്റെ മാന്ത്രികത ഞാനനുഭവിച്ചത്..

പരസ്പരം അറിയാത്ത കാണാത്ത ഒരിക്കൽ പോലും ഒന്നാവാത്തവർ..

അസ്തമയം കഴിഞ്ഞു .. തിരിച്ചു പോവണം..

അവന്റെ മുഖം മാറി..

അവളെ എനിക്ക് സ്വന്തമാക്കണം..

ഞാൻ ചിരിച്ചു..

കാതങ്ങൾക്കപ്പുറം ,പറിച്ചു നടാൻ എനിക്കോ നിനക്കോ കഴിയാത്തത്..

പിന്നെങ്ങനെ??

എനിക്ക് കൈകളുണ്ടായിരുന്നെങ്കിൽ അവളെ ഞാൻ നിന്റെ മടിയിൽ കൊണ്ടു വന്നു വച്ചേനെ..

ഞാൻ യാചിക്കുന്നു..എങ്ങനെയെങ്കിലും...

ആ രാത്രി അവനെ വിട്ടു പോവാൻ തോന്നിയില്ല എനിക്ക്..

അവനു ഭ്രാന്ത് പിടിച്ചുവോ..??

ആ രാത്രി മുഴുവൻ അവനെ
ആശ്വസിപ്പിക്കാൻ ശ്രമിച്ചു.. അവൻ പിന്മാറിയില്ല..

എപ്പോഴോ തളർന്നുറങ്ങിയ എന്നെ അവൻ തട്ടി വിളിച്ചു..

അവന്റെ കണ്ണുകൾ കലങ്ങിയിരുന്നു..

എനിക്കവളെ കണ്ടേ തീരൂ..

നിനക്കെന്റെ കൂടെ നിൽക്കാമോ??

മറുത്തൊന്നും പറയാൻ എനിക്ക് കഴിഞ്ഞില്ല..

നിൽക്കാം.. ഞാനുറപ്പ് കൊടുത്തു..

അവൻ പറഞ്ഞു തുടങ്ങി.. നീ ആദ്യം അവൾക്കരികിലേക്ക് പോവുക..

നാളെ അസ്തമയം വരെ കാത്തിരിക്കാൻ ആവശ്യപ്പെടുക..

ശേഷം നീ സൂര്യനെ സമീപിക്കുക..

നാളെ പകൽ മുഴുവൻ അമിത താപം പകരാൻ പറയുക..

എന്റെ കൂട്ടുകാരായ തിരകളും ഞാനും ആ പാറക്കൂട്ടങ്ങൾക്കിടയിൽ

ഏറ്റവും ചൂടേറിയ സ്ഥലത്ത് കാത്തു നിൽക്കും..

അമിത താപത്താൽ നീരാവിയായി ഞങ്ങൾ ആകാശത്തേക്കുയരും,

മേഘങ്ങളായി രൂപപ്പെട്ടു മഴത്തുള്ളിയായി മാറാം ഞാൻ..

പൊഴിഞ്ഞു വീഴുന്ന നിമിഷം മുതൽ നീയെന്നെ മടിയിലിരുത്തി അവളുടെ അടുത്തെത്തിക്കണം..

പക്ഷേ ഭൂമിയിൽ പതിക്കുന്ന മാത്രയിൽ നിന്റെ മരണം സംഭവിക്കില്ലേ..??

ഞാൻ അവനോടു ചോദിച്ചു..

നീ എനിക്കു വേണ്ടി ഇത്രയെങ്കിലും ചെയ്യൂ..

കരഞ്ഞു കൊണ്ട് അവൻ അപേക്ഷിച്ചപ്പോൾ പിന്നൊന്നും ചിന്തിച്ചില്ല..

ഞാനെന്റെ യാത്ര പുറപ്പെട്ടു..

൭

പിറ്റേ ദിവസം...

തിരയും കൂട്ടുകാരും പാറക്കെട്ടിൽ രാവിലെ മുതൽ തലയിടിച്ചു നിന്നു..

സൂര്യൻ കൂടുതൽ ജ്വലിച്ചു,

വെള്ളത്തുള്ളികൾ നീരാവിയായി ആകാശത്തേക്കുയർന്നു..

മേഘങ്ങൾ രൂപപ്പെട്ടു. ദിക്കുകൾ പൊട്ടുമാറുച്ചത്തിൽ ഇടി

വെട്ടി..
മേഘങ്ങളിൽ നിന്നും മഴത്തുള്ളികൾ വർഷിച്ചു..
വഴിയരികിൽ കാത്തു നിന്ന കാറ്റ് അവനെയും മടിയിലേറ്റി കൊണ്ട് അവൾക്കരികിലേക്ക് പാഞ്ഞു..
പ്രാർത്ഥനകളും പ്രതീക്ഷകളുമായി പനിനീർപുഷ്പം കാത്തു നിന്നു..
കാറ്റിന്റെ മടിയിലിരുന്നു കൊണ്ട് തന്നെ അങ്ങു ദൂരെ തനിക്കായി കാത്തിരിക്കുന്ന ആ സുന്ദരിയെ കണ്ടു..

ഹൃദയം പെരുമ്പറ കൊട്ടുന്നു..

അവൾക്കു മുകളിലെത്തിയതും
കാറ്റ് അവനെ അവളുടെ മടിയിലേക്കിട്ടു കൊടുത്തു..

ഒരു നിമിഷം..

അവളുടെ മൃദുലമേനിയിലൂടെ അവൻ ചുംബിച്ചു ഒലിച്ചിറങ്ങി..

പിടിവിടുവിക്കാതെ അവളും..

ചില നിമിഷങ്ങൾ മാത്രം..

അവൻ താഴെക്കൂർന്നു പോവുന്നു..

പിടിച്ചു നിർത്താൻ കഴിയാതെ അവളും..

കണ്ടു നിന്ന കാറ്റും മഴയും പ്രപഞ്ചവും ഹൃദയം പൊട്ടി കരഞ്ഞു..

അവൻ വീഴുകയാണ്..

നെറ്റിയിൽ നിന്നും
കണ്ണിലൂടെ..
മൂക്കിലൂടെ..
ചുണ്ടുകളിലൂടെ..
ഹൃദയത്തെ സ്പർശിച്ചു
കൈവിരൽ തുമ്പിലൂടെ..
എല്ലാം വീണവസാനിക്കുന്ന അതേ മണ്ണിലേക്ക്..

ആശാനും അമ്മാളുവും

ആശാനേ ..

അമ്മാളു പോയി .. അമ്മാളു പോയി ..

അടുത്ത കളിയരങ്ങിനുള്ള ചരായക്കൂട്ടുകൾ മുഖത്തു വരച്ചു
തുടങ്ങിയപ്പോഴാണ് കിതപ്പോടെ ഓടിയെത്തിയ കുഞ്ഞൂട്ടൻ പുറത്തു നിന്ന്
അലറിക്കൊണ്ടതു പറയുന്നത്,.

അമ്പുട്ടി ആശാന്റെ ഇടത്തേപുരികം ഒന്നു വെട്ടി ,
ഒരു നിമിഷത്തേക്ക് മൗനിയായി..

ചരായം തേച്ചു കൊണ്ടിരുന്നശങ്കരൻ കൈ പുറകിലേക്ക് വലിച്ചു..

അമ്പുട്ടിയാശാനെ..അയാൾ ഗദ്ഗദത്തോടെ വിളിച്ചു..

അവർക്കറിയാമായിരുന്നു

അമ്പുട്ടി ആശാന്റേയും അമ്മാളുവിന്റെയും പ്രണയചരിത്രം ,

ആശാന്റെ മുപ്പത്തിനാലാം വയസ്സിലാണ് അമ്മാളുവിന്റെ കൈ പിടിച്ചു കളിയരങ്ങിലേക്കു കൊണ്ട് വന്നത് ,

മടിക്കാശ്ശേരിയിലെ ഒരു രാത്രി,

ആ ഗ്രാമത്തിലെ നാടുവാഴി എന്ന് തന്നെ വിളിക്കാവുന്ന ദത്തൻ നമ്പൂതിരി ,

ആളുടെ മോളാണ് അമ്മാളു ,ഇരുപത്തിരണ്ടു വയസ്സേയുള്ളൂ അന്ന് ..

ദത്തൻ നമ്പൂതിരി കലയോട് ഇച്ചിരി ഭ്രമമുള്ള ആളായിരുന്നു ..

അന്നത്തെ കല എന്ന് പറഞ്ഞാൽ കഥകളി , കൂടിയാട്ടം , കൂത്ത് തുടങ്ങിയവയായിരുന്നു ..

പിന്നെ ആളുടെ മറ്റൊരിഷ്ടം നല്ല ഭേഷായ ചെണ്ടമേളവും ..

അമ്പുട്ടന്റെ അച്ഛരൻ മാരാരായിരുന്നു ..

അദ്ദേഹം അമ്പുട്ടന് പത്തു വയസ്സായപ്പോൾ നാട് വിട്ടു പോയി ,
ഇപ്പോൾ എവിടാണെന്ന് ഒരറിവുമില്ല ..

അച്ഛരനിൽ നിന്നഭ്യസിച്ച ചെണ്ടമേളവും ആളുടെ രക്തത്തിലെ കലയുമായി
അമ്പുട്ടൻ നാട് വിട്ടിറങ്ങി ..

പല നാടുകളിലും പല ആശാന്മാർക്കു ശിഷ്യപ്പെട്ടു, പല കലകൾ അഭ്യസിച്ചു ..

സർവ്വകലാവല്ലഭൻ എന്ന വിളിപ്പേര് നാടെങ്ങും ഉയർന്നു ..

ഇന്ന് അമ്പുട്ടനൊഴിച്ചു അയാളുടെ പ്രസിദ്ധിയുടെ പങ്കു പറ്റാൻ ഒരുപാട് പേർ ചുറ്റിനുമുണ്ട് .. ശിഷ്യപ്പെടാനും ..

അങ്ങനെ ആ രാത്രി തറവാട്ടിൽ വ്യത്യസ്തമായ ഒരു കല അവതരിപ്പിക്കണമെന്ന ദത്തൻ നമ്പൂതിരിയുടെ ആവശ്യാനുസരണം
എത്തിയതാണയാൾ ..

എന്താണ് അമ്പുട്ടാ , സുഖം തന്നെയല്ലേ , ധാരാളം കേട്ടിരിക്കണ് നിങ്ങളെക്കുറിച്ചു ..

ഇന്നിപ്പോ എന്താ നോമിന് സദ്യയൊരുക്കാൻ നിരീക്കുന്നത്..

അങ്ങ് കണ്ടു തന്നെ പറയൂ ..

കല ആസ്വദിക്കുന്നവരും ,പ്രോത്സാഹിപ്പിക്കുന്നവരും എന്റെ ഗുരുതുല്യരാണ് ..

അമ്പുട്ടൻ തൊഴുതു മാറി നിന്നു ..

തുടങ്ങാം ..

ചെണ്ടയും , കഥകളിയും , കൂത്തും സമ്മിശ്രം കലർത്തിക്കൊണ്ട്

അമ്പുട്ടൻ ആശാന്റെ ഒരു കിടിലൻ ഐറ്റം വേദിയിൽ നിറഞ്ഞാടി ..

കോലോത്തുള്ളവർക്ക് കാണാൻ മാത്രമായുള്ളതു കൊണ്ടും
പുറത്തു നിന്നും ആർക്കും പ്രവേശനം അനുവദനീയമല്ലാത്തതു കൊണ്ടും
കുടുംബം എല്ലാം അതിൽ പൂർണ്ണമനസ്സോടെ സംതൃപ്തിയോടെ കണ്ടിരുന്നു ..

ഭാവങ്ങൾ കൊണ്ട് ഉത്സവം തീർക്കുന്ന പ്രതിഭാശാലി ..

കണ്ടിരിക്കുന്ന ഓരോരുത്തരിലും രോമാഞ്ചം പടർന്നു കയറിക്കൊണ്ടിരിക്കുന്ന
നിമിഷത്തിൽ എവിടുന്നോ ഓടിയിറങ്ങി വന്ന അമ്മാളു അരങ്ങിലേക്ക് കയറി അമ്പുട്ടനെ പൂണ്ടടക്കം കെട്ടിപ്പിടിച്ചു കിതപ്പോടെ കണ്ണുകൾ മുറുക്കിയടച്ചു നെഞ്ചിൽ തല ചേർത്തു വച്ചു..

"ഒരുപാട് കേട്ടിരിക്കണ് ,
ഇപ്പൊ കണ്ടും ബോധ്യായി , കൈ വെടിയരുത് .."

എല്ലാവരും സ്തബ്ധരായി നോക്കി നിൽക്കുന്നു ..

ഡീ.. ആക്രോശിച്ചു കൊണ്ട് അമ്മാവൻ ചീറിയടുത്തു ..

ദത്തൻ തടഞ്ഞു ..

കല ദൈവദത്തമാണ് ..
അമ്മാളുവിനും ആ ദൈവസാന്നിധ്യമുണ്ട് ..
ആടുന്നവനുണ്ടാവണമെങ്കിൽ
ആസ്വദിക്കുന്നവനുമുണ്ടാവണം ..ആസ്വാദകരില്ലാത്ത അരങ്ങുകൾ ശ്മശാനത്തിനു
തുല്യമാണ് ..

അവർക്കതാണ് ഇഷ്ടമെങ്കിൽ ആടിയും ആസ്വദിച്ചും അവർ ജീവിക്കട്ടെ ..

അവിടുന്ന് തുടങ്ങിയ ജീവിതം ഇന്ന് വരെ ഒരു നിമിഷം പോലും
അവർ നഷ്ടപ്പെടുത്തിയിട്ടില്ല ..

൭

അമ്പുട്ടൻ അരങ്ങിലേക്ക് കയറി,
തുടങ്ങാം ..
ചെണ്ടയിൽ ആദ്യത്തെ താളം വീണു , ഒപ്പം ചിലമ്പും ..
അയാൾ നിറഞ്ഞാടാൻ തുടങ്ങി ,
അയാളിലെ സങ്കടങ്ങൾ അണ പൊട്ടിയൊഴുകി..
കൂടുതൽ ആവേശത്തോടെ അയാൾ പൊട്ടിക്കരഞ്ഞു ..
വാദ്യങ്ങൾക്കു ആക്കം കൂടി ഇടനെഞ്ചു പൊട്ടുന്ന അലർച്ചയോടെ
വായിലൂടെ രക്തം ഛർദ്ദിച്ചു അയാൾ അരങ്ങിൽ വീണു പിടഞ്ഞു ..
അമ്മാളുവിനും ദൈവത്തിനുമിടയിൽ
മരണം കോർത്ത നൂലിഴയിലേക്കു അമ്പുട്ടനും ചേർക്കപ്പെട്ടു ..
നിലക്കപ്പെടാത്ത ചെണ്ടമേളങ്ങൾ അപ്പോൾ മാത്രം
പൊടുന്നനെ നിശബ്ദതയിലേക്കു കൂപ്പു കുത്തി..

റോസുടുപ്പ്

ഇന്ന് ഫാമിൽ പോവണം..

ചുവന്ന റോസാപ്പൂക്കൾ മാത്രം പൂക്കുന്ന കുറേയധികം റോസാച്ചെടികൾ മേടിക്കണം..

ഒരു പൂന്തോട്ടമുണ്ടാക്കണം..

കണ്ണെത്താദൂരത്തോളം പരന്നു കിടക്കുന്ന റോസാപ്പൂന്തോട്ടം ..

വളർച്ചയുടെ ദിവസങ്ങളിലെല്ലാം വെള്ളമൊഴിക്കണം..

സൂര്യന്റെ കഠിനതാപമേൽക്കാതെ തണലൊരുക്കണം..

ഓരോ പൂമൊട്ടുകളും നെഞ്ചോട് ചേർത്തു സൂക്ഷിച്ചു വെക്കണം..

അങ്ങനെ ആ രാത്രിയും സമാഗതമാവും..

പൂർണ്ണമായും വിരിഞ്ഞ പൂക്കളിറുത്ത് പുലർച്ചെ ദ്രുതഗതിയിൽ വിശാലമായ
വീടിന്റെ ആകത്തളത്തിളേക്ക്..

ഓരോ ഇതളുകളും മുറിപ്പെടുത്താതെ ഇറുത്തെടുക്കണം..

ഒന്നിനുമേൽ മറ്റൊന്ന് ഒട്ടിച്ചു ചേർത്ത് മൃദുലവും സുന്ദരവുമായ ഒരു ഉടുപ്പുണ്ടാക്കണം..

"ആദ്യമായി നമ്മൾ കാണുന്ന ദിവസം.. നിനക്കുള്ള എന്റെ സമ്മാനം.."

സമയം കടന്നു പോയി..

അവൾ വന്നിരിക്കുന്നു.. അകത്തേക്ക് നോക്കി എന്നെ വിളിക്കുന്നു..

അവളിലേക്ക് ഓടിയടുക്കാൻ ശ്രമിച്ചു..

പക്ഷേ,
ഇപ്പോഴാണ് ഞാനെന്നെ ശ്രദ്ധിക്കുന്നത്,

ചെടികൾ കൊണ്ട് വന്ന അന്ന് മുതൽ
ഇന്ന് വരെയുള്ള ദിവസങ്ങൾ കടന്നു പോയത്

ഞാനറിഞ്ഞിരുന്നില്ല..
കുളിച്ചില്ല, മര്യാദക്ക് ഭക്ഷണം കഴിച്ചില്ല,
വസ്ത്രം കഴുകിയില്ല.. മുടിയും താടിയും വളർന്നു കോലം കെട്ടിരിക്കുന്നു..
പ്രാകൃതവേഷം..
വേണ്ട, എന്നെ കാണണ്ട.. പൂ പോലുള്ള നിനക്ക് എന്നെ ഇഷ്ടാവില്ല..
ഞാൻ വിളി കേട്ടില്ല..
ഇരുട്ടുമുറിയിൽ ഒളിച്ചിരുന്നു..
വിളിച്ചിട്ടും കാണാതിരുന്നപ്പോൾ
അവൾ അകത്തു കയറി ഉടുപ്പെടുത്തു.. അണിഞ്ഞു..
എല്ലാം ഞാൻ ഒളിച്ചിരുന്നു കണ്ടു..
അവൾക്കു സന്തോഷം അടക്കാനാവുന്നില്ല..
സന്തോഷത്താൽ കണ്ണു നിറഞ്ഞു..
ശബ്ദം പുറത്തു വരാതെ വാ പൊത്തി ഞാനും മനസ്സിൽ ഒരായിരം തവണ അവളോടൊപ്പം നൃത്തം ചെയ്തു
കാത്തിരുന്നു മുഷിഞ്ഞിട്ടാവണം
അവൾ പുറത്തെ ഇരുട്ടിലേക്ക് ഓടി മറഞ്ഞു..
അടുത്ത പ്രഭാതത്തിൽ
ചവിട്ടിയരക്കപ്പെട്ട റോസാപ്പൂവിതളുകൾക്കിടയിൽ ഞാനുറങ്ങുന്നുണ്ടാവും
ചുണ്ടുകളിൽ പുഞ്ചിരി നിറച്ച് ഉണരാത്തൊരുറക്കം..

അവനും അവളും

പുലർച്ചെ പാറക്കെട്ടുകളിലൂടെ
ഒഴുകിയിറങ്ങുന്ന തണുത്ത വെള്ളത്തിൽ കുളിച്ചിട്ടുണ്ടോ ??
 കഴിഞ്ഞ രാത്രിയിൽ പതിവു പോലെ പരസ്പരം
ഉരുണ്ടു മറിഞ്ഞു ഉന്മാദം കെട്ടടങ്ങിയപ്പോൾ
പുതപ്പിനടിയിൽ നഗ്നമേനിയിൽ കൂടുതൽ ചേർന്നു കിടന്നു കൊണ്ട്
ചെവിയിൽ സ്വകാര്യമായി അവൻ ചോദിച്ചു ..
 തിരിച്ചൊന്നും പറയാതെ മറുപടിയായി അവന്റെ
ചുണ്ടിനെ ചുണ്ടുകളാൽ ഗാഢമായി പുണർന്നു..
 നിശ്വാസങ്ങളുടെ ഉയർച്ചയിൽ മൂന്നു മിനിറ്റ് കൂടി ..
 എഴുന്നേറ്റു ഡ്രസ്സ് മാറി , ഫ്ലാറ്റ് ലോക്ക് ചെയ്തു
ലിഫ്റ്റ് താഴെയാണ് ..
 ബട്ടൺ പ്രസ് ചെയ്തു കാത്തു നിന്നു..
 എന്തെ ഇപ്പൊ ഈ രാത്രിയിൽ ഇങ്ങനെ തോന്നാൻ ??
 തോന്നലുകളല്ലേ, എപ്പഴും തോന്നാലോ
അവന്റെ മറുപടി ..
 ലിഫ്റ്റ് വന്നു ,
 കീ ബട്ടൺ പ്രസ് ചെയ്തു, കാർ പോർച്ചിൽ ശബ്ദമുണ്ടാക്കിക്കൊണ്ട്
സ്വിഫ്റ്റ് അൺലോക്ക് ആയി..
 വാച്ച്മാൻ ഗേറ്റ് ഉറക്കച്ചവടോടെ വന്നു തുറന്നു..
 എങ്ങോട്ടാ പിള്ളേരെ ഈ രാത്രീല് ??
 അത്യാവശ്യായിട്ടു ഒന്നു കുളിക്കാൻ പോവാ ബാലൻ ചേട്ടാ..
ചിരിച്ചു കൊണ്ട് അവൻ വണ്ടിയെടുത്തു ..
 കുളിക്കാനോ?? ഈ പാതിരാത്രീലോ?? ഇവിടൊന്നും സ്ഥലമില്ലാഞ്ഞിട്ടാ??

ബാലൻ ചേട്ടൻ വാ പൊളിച്ചു നിന്നു..

യാത്രയിലെപ്പോഴോ അവളുറങ്ങിയിരുന്നു ..

മലയടിവാരത്തിലൂടെ അവളെ ഉണർത്താതെ പതിയെ സൂക്ഷ്മമായി അവൻ കാറോടിച്ചു..

ഏകദേശം നേരം പുലരുന്നു ..

അവളെ തട്ടിയുണർത്തി..

അതേയ് വണ്ടി ഇവിടം വരെയേ വരുള്ളൂ ഇനിയങ്ങോട്ട് നടക്കണം ..

കോട്ടുവായിട്ടുകൊണ്ട് അവളെണീറ്റു പുറത്തിറങ്ങി ..

നല്ല തണുപ്പുണ്ട്..

നിറയെ മഞ്ഞ നിറമുള്ള മുളങ്കാടുകൾ..

ഇല്ലിയിലകൾ പൊഴിഞ്ഞ വഴികളിലൂടെ
മാറാനുള്ള വസ്ത്രങ്ങളുമെടുത്തു അവർ നടന്നു ..

ദൂരെ കേട്ടിരുന്ന പുഴയുടെ കളകളാരവം കൂടുതൽ അടുത്തായി..

എത്തി..

വാ വന്നു ഉടുപ്പ് മാറ്റിക്കേ..

രണ്ടു പേരും ഓരോ
ഒറ്റമുണ്ടു മാത്രമെടുത്തു വെള്ളത്തിൽ
പൊങ്ങി നിൽക്കുന്ന പാറയിൽ കയറി നിന്നു..

തണുപ്പ് കൂടിയോ ??

പാദസരമിട്ട കാലിലെ വിരലുകൾ പുഴയെ ഒന്നു സ്പർശിച്ചു..

ഹൂ .. കോച്ചുന്ന തണുപ്പാട്ടോ..

ആണോ .. ന്നാ തണുത്തിട്ടു തന്നെ കാര്യം
അവളെയും കൂട്ടിപ്പിടിച്ചു അവൻ വെള്ളത്തിലേക്ക് ചാടി ..

പെട്ടെന്നുള്ള തണുപ്പിന്റെ കുളിരിൽ
അവരിൽ നിന്നും എന്തോ ശബ്ദമുയർന്നു..

കളിയും ചിരിയുമായി കുറെ സമയം ..

സൂര്യനുദിക്കുന്നു..
പല്ലുകൾ കൂട്ടിയിടിക്കുന്നുണ്ട് ..
മതി , വാ കയറാം .. ഇച്ചിരി വെയിലു കൊള്ളാം..
കേൾക്കേണ്ട താമസം .. അവൾ ഓടിക്കയറി
വസ്ത്രങ്ങളിലൂടെ ഒലിച്ചിറങ്ങുന്ന വെള്ളം മണ്ണിലേക്ക് ഒരു നൂലുപോലെ ഒലിച്ചിറങ്ങി
മരങ്ങൾക്കിടയിലൂടെ ചൂടു പകർന്നു സൂര്യനും ..
നനഞ്ഞ വസ്ത്രങ്ങൾ കൂടുതൽ തണുപ്പാണെന്നു തിരിച്ചറിഞ്ഞു ഊരിയെറിഞ്ഞു ..
ടവ്വൽ കൊണ്ട് പരസ്പരം തുവർത്തി ..
നഗ്നമായി ഉടലുടലിനു ചൂടു പകർന്നു
വെയിലിന്റെ ഒരു ചില്ലയിൽ കെട്ടിപ്പിടിച്ചു നിന്നു..
അവന്റെ കണ്ണുകളിൽ നോക്കി അവൾ പറഞ്ഞു
നന്ദി..
ഈ പുലരിക്ക്.. ഈ തണുപ്പിന്..
അവളുടെ മുഖം അവന്റെ മാറിലെ രോമങ്ങളിലമർന്നു..

മീര

"വേദനിക്കാതെ
വേദനിക്കാറുണ്ടോ.,?

ങേ.. അതെങ്ങനെ?

അങ്ങനൊന്നുണ്ട്.. വേദനിക്കും..

അതെങ്ങനെയാണെന്നല്ലേ ചോദിച്ചത്?
മനസ്സിലാവുന്ന ഭാഷയിൽ പറയൂന്നേ..

നിനക്കാരെയാ കൂടുതലിഷ്ടം?

വീട്ടുകാരെ ഇഷ്ടമാണ്.. പിന്നെ മീര എന്ന നിന്നെയും..
നമ്മൾ പ്രണയിക്കുകയായിരുന്നല്ലോ..

അപ്പോൾ ഇപ്പൊ പ്രണയമില്ലേ...?

ഇപ്പോൾ നമ്മുടെ വിവാഹം കഴിഞ്ഞു രണ്ടു കുട്ടികളുമില്ലേ..

വീട്ടുകാർ നമ്മുടെ പ്രണയത്തെ എതിർത്തപ്പോൾ നീയെന്തൊക്കെ പരാക്രമങ്ങളാ അന്നു കാട്ടിക്കൂട്ടിയതെന്നു ഓർമ്മയുണ്ടോ?

ഹ ഹ അതൊക്കെ കാലം ഒരുപാട് കഴിഞ്ഞില്ലേ..,
നോക്കിയേ മുടിയൊക്കെ പകുതിയിലധികവും നരച്ചു കഴിഞ്ഞു..

അന്നെന്നെ എന്റെ അച്ഛൻ തല്ലി അവശയാക്കിയപ്പോൾ മുറിയിൽ
പൂട്ടിയിട്ടപ്പോൾ നീ വേദനിച്ചില്ലേ.. നീ വീട്ടിൽ വന്നു വഴക്കുണ്ടാക്കിയില്ലേ?
അതൊക്കെ എന്തിനായിരുന്നു..

അല്ല അതു പിന്നെ.. വേദനിക്കാതിരിക്കുമോ..

പക്ഷേ അടി മുഴുവൻ കൊണ്ടതും അടച്ചു പൂട്ടിയിട്ടതും എന്നെയായിരുന്നില്ലേ..

എന്നിട്ടും നീയെന്തിനു വേദനിച്ചു..?

മൗനം...

ീരാ,
എന്തിനാ ഇതൊക്കെ ഇപ്പൊ പറയുന്നേ?

പുഞ്ചിരിച്ചു കൊണ്ടവൾ പറഞ്ഞു, "ഇല്ല, വെറുതെ... ഒന്നുമില്ല..

പറയെടോ..

പറയണോ..?

പറ..

പറയാം..

അവൾ അകത്തു നിന്ന്
ഭംഗിയായി പാക്ക് ചെയ്തൊരു കുഞ്ഞുടുപ്പ് എടുത്തു കൊണ്ട് വന്നു..

ഇത് വീണക്ക് കൊടുക്കണം,
അവളിന്നലെ ഇവിടെ വന്നിരുന്നു ഒരു കൈക്കുഞ്ഞുമായി..

എന്റെ സമ്മാനം ആ കൈക്കുഞ്ഞിന്റെ
അച്ഛനിൽ നിന്നു തന്നെയാവട്ടെ സ്വീകരിക്കപ്പെടേണ്ടത്..

അയാളുടെ കണ്ണിൽ ഇരുട്ടു പടർന്നു കയറി..

പുഞ്ചിരിച്ചു കൊണ്ടവൾ തുടർന്നു..
പരാതിയില്ല, ഞാൻ കരയുകയുമില്ല.. നിങ്ങൾക്കെന്നോട് പറയാമായിരുന്നു..

കൊണ്ടു പോയിക്കൊടുക്കൂ..

ആ രാത്രിയും കൊഴിഞ്ഞു പോയി,
ഇടവഴിയിലൂടെ അയാൾ പൊതിയും പിടിച്ചു വീണയുടെ വീട്ടിലേക്കു നടന്നു..

ഇതേ സമയം അടച്ചിട്ട കുളിമുറിയിൽ
മീരയുടെ മേൽ ഷവറിൽ നിന്നും വെള്ളം പതിച്ചു കൊണ്ടേയിരുന്നു..

വീണയുടെ വീടിനു ചുറ്റിനും ആൾക്കൂട്ടം..
തളർന്നിരിക്കുന്ന അവളുടെ അമ്മയും അച്ഛനും,

മരണം അതും സംഭവിച്ചിരിക്കുന്നു,
അകത്തു നിന്നും ആ മൗനത്തിനിടയിലും കുഞ്ഞിന്റെ കരച്ചിൽ കേൾക്കാം..

എന്തു ചെയ്യണം..

തിരിച്ചു നടക്കുന്തോറും
കുഞ്ഞിന്റെ കരച്ചിൽ അയാളെ പിടിച്ചു വലിച്ചു കൊണ്ടേയിരുന്നു..

"പിഴച്ചു പെറ്റതാണെന്നെ,.."
കൂട്ടത്തിലൊരാൾ പറയുന്നത് കേട്ടു..

അയാൾ അയാളറിയാതെ തന്നെ മറ്റൊരാളായി മാറുകയായിരുന്നു..

സങ്കടം പൊട്ടിക്കരച്ചിലിലേക്കു
വഴിമാറി.. ശ്വാസോച്ഛ്വാസങ്ങൾ ഉച്ചത്തിലായി..

അയാളുടെ കാലുകൾ യന്ത്രികമെന്നോണം ആ കുഞ്ഞിനടുത്തേക്കു ഓടിയെത്തി..

കുഞ്ഞിനെ മാറോടണച്ചു
വീണയുടെ മൃദദേഹത്തിൽ കെട്ടിപ്പിടിച്ചു പൊട്ടിക്കരഞ്ഞു..

"എന്റെ കുഞ്ഞാണ്..

പൊറുക്കണം മാപ്പാക്കണം.. "

അലറിക്കൊണ്ടയാൾ പുലമ്പിക്കൊണ്ടേയിരുന്നു..

പുറത്തെ ജനലിലെ നിഴലനക്കം കണ്ടാണ് മീര വാതിൽ തുറന്നത്..

വളരെ മുഷിഞ്ഞ വേഷത്തിൽ തകർന്ന മനസ്സുമായിരിക്കുന്ന
അയാളുടെ ചുമലിൽ ആ കുഞ്ഞ് ഒന്നുമറിയാതെ ഉറങ്ങുന്നു..

അയാളുടെ കണ്ണിലൂടെ
മിന്നിമറയുന്ന ഭാവങ്ങൾ തകർക്കപ്പെട്ടവന്റെയായിരുന്നു..
വീണ് പോയവന്റെയായിരുന്നു..
പശ്ചാത്താപത്തിന്റെയായിരുന്നു..

നിസ്സഹായതയുടേതായിരുന്നു..

മീര മുന്നോട്ടു വന്നു അയാളുടെ മടിയിൽ നിന്നും കുഞ്ഞിനെയെടുത്തു അകത്തേക്ക് നടന്നു..

വാതിൽപ്പടിയിൽ നിന്നു തിരിഞ്ഞു അയാളോടായി പറഞ്ഞു,

പോയി കുളിച്ചു വരൂ.. ഭക്ഷണം എടുത്തു വെക്കാം..

കുഞ്ഞിന് നെറ്റിയിലൊരു ചുംബനം നൽകി മുൻകൂട്ടി ഒരുക്കിയ

തൊട്ടിലിൽ കിടത്തി മീര അകത്തേക്ക് പോയി..

പുറത്തെ കാറ്റേറ്റ് കുഞ്ഞുടുപ്പിനെ പൊതിഞ്ഞ ചുളുങ്ങിയ കവറപ്പോഴും

നേർത്ത ശബ്ദമുണ്ടാക്കിക്കൊണ്ടിരുന്നു...

ഒരു ഗോവ യാത്ര

ട്രെയിനിന്റെ കാതടപ്പിക്കുന്ന
ശബ്ദം ഇപ്പോൾ താളാത്മകമായ ഒരു സംഗീതമായി മാറിയിരിക്കുന്നു..

പുറകിലേക്കോടുന്ന കാഴ്ചകളെ
അവളുടെ ചെവിയോരം ചേർന്നു പറഞ്ഞു കൊണ്ടേയിരുന്നു ഞാൻ..

പുഴകളും, മലകളും, വയലുകളും റെയിൽവേയോട് ചേർന്ന് കിടക്കുന്ന
കോളനിവാസികളെയും, അങ്ങനെ കാണുന്നതെല്ലാം..

ഞങ്ങൾ യാത്രയിലാണ് ..

ഒരു ഗോവ ട്രിപ്പ് ..

കഴിഞ്ഞ രാത്രിയിൽ എന്റെ മാറിൽ തല ചായ്ച്ചു കിടന്നപ്പോൾ
പണ്ടെങ്ങോ ഞാൻ പോയ ഗോകർണ്ണ ഓം ബീച്ചിനെക്കുറിച്ച് ഞാൻ
വാചാലനായി..

എന്നെങ്കിലും എന്നെക്കൂടിക്കൊണ്ടു പോവാമോ ?? അവളുടെ ചോദ്യം..

നേരം വെളുത്തു ആദ്യത്തെ ട്രെയിൻ തന്നെ പിടിച്ചു..

അവളുടെ ആഗ്രഹങ്ങൾ
നടത്തുക എന്നതാണല്ലോ എന്റെ ആഗ്രഹം,

റിസർവേഷൻ കിട്ടില്ല, സാധാരണ കംബാർട്ട്മെന്റ് യാത്ര..

തണുപ്പുണ്ട്,

ഒരു ഷാൾ കൊണ്ട് പുതപ്പിച്ചു
ചുറ്റിപ്പിടിച്ചു കഴുത്തിൽ മുഖം ചേർത്ത് ഞാനും ചേർന്നിരുന്നു..,

പുറംകാഴ്ചകളെ കൂടുതൽ വിവരിച്ചു കൊണ്ട്..

ഒരു മയക്കത്തിനിപ്പുറം ഇറങ്ങേണ്ട സ്റ്റേഷൻ എത്തി..

പ്ലാറ്റ്ഫോമിലെ പൈപ്പിൽ നിന്നും മുഖം കഴുകി, പല്ലുതേച്ച പോലെ വരുത്തി..

നല്ല മഞ്ഞുണ്ട്..

ചെറിയ ഗ്ലാസ്സിലെ ചുവന്ന ചായ ചൂടോടെ ഊതിയൂതി കുടിച്ചു..

നമുക്ക് റൂമെടുത്തു വിശ്രമിച്ചിട്ട് പോവാമെന്നു പറഞ്ഞിട്ട് അവൾ സമ്മതിക്കുന്നില്ല..

വാശിക്കാരി..

അതല്ലേലും അവളങ്ങനാ..

എന്തെങ്കിലും ഉദ്ദേശിച്ചാൽ അപ്പൊ നടത്തണം..

നേരം പുലരാൻ ഇനിയും സമയം ഉണ്ട് ..

പുറത്തിറങ്ങി ടാക്സി പിടിച്ചു..

ചുരം പോലുള്ള വളവുകൾ.. ഒരു മല കയറികൊണ്ടിരിക്കുകയാണ്..

ഓരോ കാഴ്ചകളും ഞാൻ വിശദീകരിച്ചു കൊണ്ടേയിരുന്നു..

അവസാനം ആ കുന്നിന്റെ മുകളിൽ എത്തി..

താഴെ നീല നിറത്തിൽ കടൽ,

നിശബ്ദമായ അന്തരീക്ഷം..

മഞ്ഞുകണങ്ങൾ പ്രകൃതിയുടെ ഓരോ അണുവിലും പറ്റിപ്പിടിച്ചിരിക്കുന്നു..

ഈ ലോകത്തിൽ തന്നെ ഇപ്പോൾ ഞങ്ങൾ മൂന്നു പേരും ആ ടാക്സിയും മാത്രമേയുള്ളൂന്ന് തോന്നും..

ഞാനുറക്കെ കൂവി.. അലയടിച്ചു കൊണ്ടിരുന്നു ആ ശബ്ദം..

ഞാനും കൂവട്ടെ..? അവളുടെ ചോദ്യം..

മറുപടിയായി കവിളിൽ ഒരു കടി കൊടുത്തു..

അവൾ ഉറക്കെ കൂവി..

അലയടികൾ തിരിച്ചു വന്നപ്പോൾ കയ്യടിച്ചു കൊണ്ട് തുള്ളിച്ചാടി..

എന്നെ കെട്ടിപ്പിടിച്ചു ..

എവിടുന്നോ ചെമ്പകത്തിന്റെ മത്തു പിടിപ്പിക്കുന്ന ഗന്ധം ..

കൂട നിറയെ ചെമ്പകവുമായി ഒരു സ്ത്രീ..

മാർക്കെറ്റിൽ കൊണ്ട് പോവുകയാണ്..

ചെമ്പകം വേണോ നിനക്ക്..??

വേണമെന്നവൾ തലയാട്ടി..

ആ കൂടയിലെ ചെമ്പകം മുഴുവൻ ഞാൻ മേടിച്ചു..

പൊടുന്നനെ മഴ പെയ്തു .. ഓടി വണ്ടിയിൽ കയറി ..

വണ്ടി ബംഗ്ലാവിലേക്ക് നീങ്ങി.. മഴ പെയ്തു കൊണ്ടേയിരുന്നു..

ബംഗ്ലാവിന്റെ താഴെ എത്തിയതും വണ്ടി പഞ്ചർ ആയി..

ഇനി നടന്നു കയറണം ..

പൂക്കൂടയും ബാഗുകളും പിടിച്ചു അവളെയും ചേർത്ത് നടന്നു മുകളിലെത്തി..

തണുപ്പിനൊപ്പം മഴയും കൂടിയായപ്പോൾ അവളുടെ കീഴ്ത്താടി പല്ലുകളുമായി കൂട്ടിയിടിക്കുന്നുണ്ട് ..

നനഞ്ഞോലിച്ച് പെണ്ണിനെ കാണാൻ ചന്തം കൂടിയോ??

എന്നിലൊരു പുഞ്ചിരി മൊട്ടിട്ടു..

താക്കോൽ കൊണ്ട് വാതിൽ തുറന്നു ബാഗൊക്കെ വലിച്ചെറിഞ്ഞു അവളെ എന്നിലേക്ക് വലിച്ചടുപ്പിച്ചു,

തിളക്കമുള്ള കണ്ണുകൾ പ്രണയത്തിന്റെ തീവ്രത കൊണ്ട് കലങ്ങിയിരിക്കുന്നു..

മഴ ചുംബിച്ച ചുണ്ടുകൾ എന്റെ ചുംബനം കൊള്ളാൻ കാത്തു നിൽക്കുന്നു..

ഒരു നിമിഷം...

ചെമ്പകം തറയിൽ കുടഞ്ഞിട്ടു ഞങ്ങളതിലേക്ക് വീണു..

രക്തം ചുവക്കുന്ന ചുണ്ടുകളും,

അവളുടെ മേനിയും, മഴയുടെ രുചിയും, ചെമ്പകത്തിന്റെ ഗന്ധവും എന്റെ സ്വന്തം..

മഴ തോർന്നിരിക്കുന്നു..

"ദൈവം എനിക്ക്

കാഴ്ചയല്ലെ

തരാഞ്ഞുള്ളൂ..

നീയുള്ളപ്പോൾ

ഈ ലോകത്തിന്റെ

എല്ലാ നിറങ്ങളും

എനിക്ക്കാണാം..

ഒരു പക്ഷേ അന്ധരായവരിൽ

ഏറ്റവും ഭാഗ്യവും എനിക്കായിരിക്കാം"

വിരലുകൾ കൊണ്ട് നെഞ്ചിൽ ചിത്രം വരച്ചു ഒരു തുള്ളി കണ്ണീരിന്റെ

പിൻബലത്തോടെ അവൾ ഇത്രയും പറഞ്ഞൊപ്പിച്ചു..

ഹണി

കോരിച്ചൊരിയുന്ന മഴയത്ത് കഴിഞ്ഞ രാത്രി പുറപ്പെട്ടതാണ് ഞാൻ..

നേരം പുലരുന്നതിനു മുൻപേ തിരിച്ചു ചെല്ലണം..

നനഞ്ഞൊട്ടിയ വസ്ത്രങ്ങൾപിഴിഞ്ഞ് മുടിയും മുഖവും കൈകൾ കൊണ്ട് തുടച്ചെടുത്തു.. എന്നിട്ടും വിറച്ചു കൊണ്ടിരുന്ന

ശരീരത്തിലൂടെ വെള്ളതുള്ളികൾ ഊർന്നിറങ്ങിക്കൊണ്ടേയിരുന്നു..

മഴയും കൊണ്ട് കാടിനുള്ളിലൂടെ മണിക്കൂറുകൾ നടന്നാണിവിടെയെത്തിയത്..

ദൂരെ റാന്തലുകൾ തൂങ്ങിയ കുറെ കുടിലുകൾ കാണാം.. ആദിവാസികൾ മാത്രം താമസിക്കുന്ന

ഒരു കാട്ടുപ്രദേശം..

ഒരു കുടിലിന്റെ വാതിലിൽ മുട്ടി വിളിച്ചു..

ചെമ്പാ.. ടാ ചെമ്പാ..

വാതിൽ തുറന്നു ചെമ്പന്റെ പെണ്ണ് പുറത്തേക്കു തലയിട്ട്,

ഊം.. ന്താ..

നിക്ക് ചെമ്പനെ ഒന്ന് കാണണം.. ഒന്ന് വിളിക്ക്വോ..

ന്റെ നനഞ്ഞ കോലം ഒന്നൂടി നോക്കീട്ടു അവൾ അകത്തേക്ക് പോയി..

കൈലിമുണ്ട് വാരിയുടുത്തു കണ്ണു തിരുമ്മി ചെമ്പൻ പുറത്തേക്കു വന്നു..

നീയയ്നൊ, എത്ര കാലായെട കണ്ടിട്ട്..

ചെമ്പന് ഭയങ്കര സന്തോഷം..

ബാ അവ്തുക്ക് കേറ്, ഫുള്ളും നനഞ്ഞുക്കുന്ന്..

വേണ്ട.. ടാ ചെമ്പാ ഇയ്യ് ഇക്കൊരു സഹായം ചെയ്യണം.. കേറാനൊന്നും സമയല്ല.. ഇയ്യ് ന്റൂടെ വാ..

നനഞ്ഞു കുതിർന്ന

പാറക്കെട്ടുകൾക്കിടയിലൂടെ ഞങ്ങൾ നടന്നു..

പുഴ മുറിച്ചു കടന്നപ്പോഴാണ് തണുപ്പ് എത്ര കഠിനമാണ് എന്നറിയുന്നത്..

ഒരില പോലും അനങ്ങുന്നില്ല.. ടോർച്ചടിച്ചുള്ള നടത്തത്തിനിടയിൽ പണ്ട്

മൂന്നാം ക്ലാസ്സിലെ വികൃതികളും ഓർമകളും ഒരിക്കൽ കൂടി പങ്കു വച്ചു,

ഒരു മരച്ചോട്ടിൽ എത്തിയപ്പോൾ ചെമ്പന്റെ മുഖത്ത് പുഞ്ചിരി വിടർന്നു,

മുറുക്കാൻ കറ പിടിച്ച പല്ലുകൾ, തേനീച്ചക്കൂട്ടിൽ നിന്നും തേനെടുക്കാൻ

ചെമ്പനോളം വൈദഗ്ധ്യം മറ്റാർക്കെങ്കിലുമുണ്ടാവുമോ എന്നത് തന്നെ സംശയമാണ്..

അല്പസമയത്തിനു ശേഷം മുളയും കയറും കൊണ്ടുണ്ടാക്കിയ

പാത്രം തുളുമ്പുന്നത്രയും തേനുമായി അവൻ മുന്നിൽ പ്രത്യക്ഷപ്പെട്ടു...

നിറഞ്ഞ സന്തോഷത്താലും അതിലേറെ നന്ദിയാലും

ഞാനവനെ കെട്ടിപ്പിടിച്ചു കവിളത്തൊരുമ്മ കൊടുത്തു,

നേരം പുലരുന്നു..

കുളിരണിഞ്ഞു നിൽക്കുന്ന വാകപ്പൂക്കൾ കൂടുതൽ സുന്ദരമായിരിക്കുന്നു..

നേരിയ മഴയും കനത്ത മഞ്ഞും ..

അതോ മഞ്ഞിന്റെ പൊഴിച്ചിൽ ശക്തമായതോ??

പുൽനാമ്പുകൾ കിളിർത്തു തുടങ്ങിയ ഇടവഴിയിലൂടെ

കഴിയാവുന്ന വേഗത്തിൽ തിരിച്ചു നടക്കുകയാണ്..

ഇടയ്ക്കിടെ കൺപീലികളിൽ പറ്റിപ്പിടിച്ച മഞ്ഞിന്റെ തണുപ്പിനെ

കൈകളാൽ തുടച്ചു നീക്കുന്നുമുണ്ട്.. പൊളിഞ്ഞു വീഴാറായ പലകകൾ കൊണ്ടടിച്ച ഗേറ്റ് പിന്നിട്ടു ഓലമേഞ്ഞ കുടിലിനു മുന്നിൽ
എത്തിയപ്പോൾ എന്തെന്നില്ലാത്ത സന്തോഷം.. അതെ ഇതാണ് ഞങ്ങളുടെ ഭവനം ..
പതിയെ വാതിൽ തുറന്നു ..

അവളുറങ്ങുന്നു ..

പുല്ലുപായക്കരികിൽ മണ്ണെണ്ണവിളക്ക് മണ്ണെണ്ണ തീർന്ന് ഇപ്പൊ കെടുമെന്ന
അവസ്ഥയിൽ കത്തുന്നു..

രാത്രിയിലെ മഴയും തണുപ്പും എന്നെ മരവിപ്പിച്ചിരിക്കുന്നു ..
പല്ലുകൾ കൂട്ടിയിടിക്കുന്നുണ്ട്..

ഒരു കീറുള്ള കറുത്ത കമ്പടം അവളെ വരിഞ്ഞു മുറുക്കിയിരിക്കുന്നു..
അതിനകത്തേക്കു ഊളിയിട്ടു കയറാൻ ഒരു നിമിഷം ഭയങ്കരമായി ആഗ്രഹിച്ചു..

വേണ്ട , ആദ്യം വേഷം മാറണം ..പെട്ടെന്ന് വേഷം മാറി ..
തല തുവർത്തി.. ശരീരത്തിലെ വെള്ളമെല്ലാം
ഒപ്പിയെടുത്തെങ്കിലും തണുപ്പ് വിട്ടു പോവുന്നില്ല ..
ഇടയ്ക്കിടെ വീണ്ടും പല്ലുകൾ കൂട്ടിമുട്ടുന്നുണ്ട്..

ഉറങ്ങുമ്പോഴും പുഞ്ചിരിയാണവൾക്ക്.. എല്ലാ സൗഭാഗ്യങ്ങളും ഉപേക്ഷിച്ചു
എന്റെ കൂടെ ഇറങ്ങി വന്നപ്പോഴും അവൾക്കു പുഞ്ചിരിയായിരുന്നു ..
ഇന്നലെ ഉറങ്ങുന്നതിനു മുൻപാണ് കഴിഞ്ഞ മാസങ്ങൾക്കിടെ

ഒരു ആഗ്രഹം പറയുന്നത് ..

തേൻ കുടിക്കാൻ തോന്നുന്നത്രെ ..
അവളൊന്നുറങ്ങാൻ കാത്തു നിന്നതാണ് ഞാൻ..
ഞാനല്ലാതെ മറ്റാരാണ് ഇപ്പോൾ അവൾക്കുള്ളത് ..
എന്റെ ചുണ്ടിലും ഒരു പുഞ്ചിരി വിടർന്നു..

പാത്രങ്ങൾ കഴുകി വച്ചവക്കിടയിൽ
നിന്നും ശബ്ദമുണ്ടാക്കാതെ ഒരു സ്പൂൺ ഞാൻ തപ്പിയെടുത്തു..
സ്പൂണിന്റെ അഗ്രം പതിയെ തേനിലേക്കു താഴ്ന്നു പൊങ്ങി ..
നിറയെ തേൻ സ്പൂണിൽ നിന്നും നൂലുപോലെ ഒലിച്ചിറങ്ങുന്നു..

പതിയെ അവളുടെ ചുണ്ടിൽ മുട്ടിച്ചു..
ചുണ്ടുകൾക്കും പല്ലുകൾക്കുമിടയിലൂടെ നാവിലേക്ക് തേൻ അരിച്ചിറങ്ങി..
ഒരു കുഞ്ഞുവാവയെ പോൽ അവളതു നുണഞ്ഞിറക്കി..
അടുത്ത സ്പൂണിൽ വീണ്ടും തേൻ കോരിയെടുത്തുചുണ്ടിലേക്കടുപ്പിച്ചു ..

പകുതി വായിലൊഴിച്ചപ്പോൾ സ്പൂണിന്റെ
തണുപ്പ് അവളുടെ ചുണ്ടിൽ പതിച്ചിട്ടാവണം അവളുണർന്നു..
കണ്ണുകൾ തുറന്നു , എന്റെ കയ്യിൽ പിടിച്ചു,പെട്ടെന്ന് കൈ വലിച്ചു

"എന്തൊരു തണുപ്പാ ഇത്"

ചുണ്ടിലെ തേനൽപ്പം ചിതറിയോ..

മറുപടി ഒരു പുഞ്ചിരിയിലൊതുക്കി ..
എന്തോ, അവളുടെ കണ്ണിൽ നിന്നും കണ്ണെടുക്കാൻ തോന്നിയില്ലെനിക്ക്
പുഞ്ചിരി മാഞ്ഞു തുടങ്ങുന്നു .. ശ്വാസതാളം കൂടുന്നു..

മരവിച്ച ശരീരത്തിൽ
ചൂടു പടർന്നു കയറുന്നതു ഞാനറിയുന്നു..

രണ്ടു കണ്ണിലും മാറി മാറി നോക്കിക്കൊണ്ട്
അവളെന്നെ ഒറ്റ വലിക്ക് കരിമ്പടത്തിനുള്ളിലാക്കി
നിമിഷ നേരങ്ങൾ കൊണ്ട് വസ്ത്രങ്ങൾ
ഊരിയെറിഞ്ഞു ..

ദീർഘചുംബനങ്ങൾ..
സ്പൂൺ വലിച്ചെറിഞ്ഞു തേനൊന്നാകെ
അവളുടെ വായിലേക്ക് കമിഴ്ത്തി.. അവിടുന്നു നെറ്റിയിലേക്കും ,
പിന്നെ .. പിന്നെ ..

പൊടുന്നനെ ആർത്തലച്ചു പെയ്ത മഴ കൊണ്ടോ നിശ്വാസങ്ങൾ കൊണ്ടോ

അതോ മണ്ണെണ്ണ വറ്റിയതു കൊണ്ടോ.. വിളക്കു കണ്ണടച്ചിരുന്നു..

നിലാവ്

രാത്രി...

വല്ലപ്പോഴും ഒന്നോ രണ്ടോ വണ്ടികൾ സ്ട്രീറ്റ് ലൈറ്റിന്റെ വെളിച്ചത്തിൽ ചീറിപ്പായുന്നതു കാണാം..

നിലാവ് ചെറുകാറ്റിലാടുന്ന മാവിലയിൽ വീണു തെന്നി കിളിവാതിലിലൂടെ എത്തിനോക്കുന്നുമുണ്ട്..

നേരിയ തണുപ്പ്...

താഴെ ആമ്പൽക്കുളപ്പരപ്പിൽ നിലാവ് നിശബ്ദമായി ഓളം വെട്ടി കളിക്കുന്നു..

അവൾ ഉറങ്ങുകയാണ്...

ഈ രാത്രിയുടെ തുടക്കത്തിലാണ് ആവൾക്കിതെല്ലാം ഇഷ്ടമാണെന്ന് എന്നോടവൾ പറഞ്ഞത്...

അവൾ ഇത് ആസ്വദിക്കാറുണ്ടത്രേ..

ഇപ്പോൾ എനിക്കും എന്തെന്നില്ലാത്ത സന്തോഷം തോന്നുന്നുണ്ട്...

ഞാൻ കട്ടിലിന്റെ അടുത്ത് ചെന്ന് തറയിൽ ഇരുന്ന് അവളെ നോക്കി..

അവൾക്കു സൌന്ദര്യം ഇരട്ടിയായിരിക്കുന്നു.. അതോ എനിക്ക് തോന്നുന്നതോ,.??

വീണു കിടക്കുന്ന മുടിയിഴകൾ മുഖത്തിന്റെ പകുതിയും മറച്ചിരിക്കുന്നു..

ഞാനതു പതിയെ എടുത്തു മാറ്റി..

അവളറിഞ്ഞോ ആവോ,,

ഇല്ല അറിഞ്ഞിട്ടില്ല.. ഭാഗ്യം..

അവളുടെ ചുണ്ടുകളിൽ ഇപ്പോഴും മന്ദഹാസം..

ഞാനും ചിരിച്ചു... വെറുതേ...

അപ്പോഴാണ് ഞാനത് ശ്രദ്ധിച്ചത്..

മേല്ച്ചുണ്ടിനു മുകളിൽ വളരെ നേരിയ രോമങ്ങൾ,.
നല്ല രസമുണ്ട് കാണാൻ..

അവളുടെ നഗ്നമായ കാതിനോരത്തു കൂടി

ഊർന്നിറങ്ങുന്ന സ്വർണ്ണനൂലിഴകൾ...

ഒരു സമ്മതത്തിനു പോലും കാത്തു നിൽക്കാതെ നിലാവ് അവളെ മൃദുവായി ചുംബിക്കുന്നുണ്ട്..

എനിക്കസൂയ തോന്നി..

എന്റെ കൈ വിടർത്തി നിലാവിനെ തടഞ്ഞു ഞാൻ...

പക്ഷെ ,

വിരലുകൾക്കിടയിലൂടെ നിലാവ് വീണ്ടും കുസൃതി കാണിക്കുകയാണ്

ഞാൻ വീണ്ടും പുഞ്ചിരിച്ചു..

നിലാവിനോടുള്ള ദേഷ്യം തീർക്കാൻ നിലാവിനു മറയിട്ടു ഞാൻ അവളുടെ കവിളിൽ ചുംബിച്ചു..

ഉറക്കച്ചവടോടെ അവളുണർന്നു...

ഊം... എന്താ... ഉറങ്ങിയില്ലേ??

ഞാൻ: ഇല്ല

വാ... അവൾ ചിണുങ്ങി.. കൈ പിടിച്ചു വലിച്ചു ..

പുഞ്ചിരിയോടെ ഞാൻ കിടന്നു...

തലയിണ ഉണ്ടെങ്കിലും അതിനെക്കാളേറെ അവൾക്കിഷ്ടം ഹൃദയത്തോട് ചേർന്ന് കിടക്കാനാണത്രേ..

പറ്റില്ലെന്ന് ഞാൻ പറഞ്ഞാലും അവളുടെ വാശിയേ അവസാനം വിജയിക്കൂ..

ആ വാശിക്കു മുൻപിൽ തോറ്റു കൊടുക്കാനായിരുന്നു എന്നും എനിക്കിഷ്ടം എന്ന് പറയുന്നതാവും ശരി..

അങ്ങനെ കിടന്നു എപ്പോഴോ ഉറങ്ങിപ്പോവുന്ന ദിനരാത്രങ്ങൾ..

ആ നിലാവും വാഹനങ്ങളുടെ മുരളിച്ചയും നിന്റെ ഗന്ധവും നിറം മങ്ങാത്ത ഓർമ്മകളും ഈ ഞാനും എല്ലാം

ഇവിടെതന്നെയുണ്ട്...
"അർബുദത്താൽ മരണം നിന്നെ സ്വന്തമാക്കിയിട്ടും"
അവസാനമായി മരണത്തിനു കീഴടങ്ങുന്നതിനു തൊട്ടു
മുൻപ് എന്നെ നോക്കിയ നിസ്സഹമായ നിന്റെ നോട്ടം ...
ഒന്നും ചെയ്യാൻ കഴിയാതെ എനിക്ക്
എന്നോടു തന്നെ വെറുപ്പ് തോന്നിയ നിമിഷം...
കഴിഞ്ഞ മണിക്കൂറിൽ നിന്റെ കുഴിമാടത്തിൽ അവസാന പിടി മണ്ണ് വാരിയിടുമ്പോഴും പിടിച്ചു നിർത്തിയ കണ്ണുനീർ ഇനി എനിക്ക് പിടിച്ചു വക്കാൻ കഴിയില്ല..
എനിക്കൊന്നു കരയണം...
പൊട്ടി പൊട്ടി കരയണം..

ഞാൻ സേറ,

2003 ൽ എറണാകുളം മഹാരാജാസിൽ PGക്കു ചേർന്നു..

ആ പഠനകാലഘട്ടത്തിൽ ഞാനെന്നെ തിരിച്ചറിയുകയായിരുന്നു..

സംഘർഷഭരിതമായ കാലഘട്ടം..

ഭാനുമതി, എന്റെ കൂട്ടുകാരി..

ഞങ്ങൾ എപ്പോഴും ഒരുമിച്ചുണ്ടാവുന്നതു കൊണ്ടായിരിക്കണം,

കോളേജിൽ എല്ലാവരും "സൈറബാനു"എന്ന് രണ്ടു പേരെയും

കളിയാക്കി വിളിച്ചിരുന്നത്..

ഹോസ്റ്റലിലും കോളേജിലും ഉണ്ണുമ്പോഴും ഉറങ്ങുമ്പോഴും,

എന്തിനധികം ,അവധിക്കു വീട്ടിൽ പോയാൽ പോലും ഒരുമിച്ചാണ്

മടങ്ങിയെത്താറുണ്ടായിരുന്നത്..

ആയിടക്കാണ് ഭാനു ഒരു പ്രണയത്തിൽ കുടുങ്ങിയത്..

ലോകോളേജിൽ രണ്ടാം വർഷ ബിരുദ വിദ്യാർത്ഥിഅരുൺ..

ആദ്യമാദ്യം ലേഖനങ്ങളിൽഒതുങ്ങിയ പ്രണയം പിന്നീട്

സുഭാഷ്പാർക്കിലേക്കും മറൈൻഡ്രൈവിലേക്കും

അവിടുന്നു തീയറ്ററിലേക്കും ബോല്ഗട്ടിയിലേക്കും നീണ്ടു..

എന്റെ കൂടെ ചിലവഴിക്കാൻ തീരെ സമയമില്ലാതായി..

ആദ്യമാദ്യം അനിഷ്ടം തോന്നിയെങ്കിലും

പിന്നീടത് അടങ്ങാത്ത അമർഷമായി വാക്കുകളിലൂടെ പുറത്തു ചാടി..

എന്തോ അതു വരെ ഞാൻ കണ്ട ഭാനുവായിരുന്നില്ല അപ്പോൾ എന്നോട് സംസാരിച്ചത്..

അവളുടെ കാര്യങ്ങൾ തീരുമാനിക്കാൻ
അവൾക്കറിയാമത്രെ.. ഞാനിടപെടണ്ടാന്ന്..

ഭൂമി പിളരുന്ന പോലെ തോന്നി..
കരഞ്ഞു കൊണ്ട് ഞാനവളുടെ കാലുപിടിച്ചു..
കേട്ടില്ല..

മൂന്നാം ദിവസം അവർ ഒളിച്ചോടി..

സൈറാബാനു സേറ മാത്രമായി ഒതുങ്ങി..

ഹോസ്റ്റൽമുറിയിൽ ഇപ്പോൾ വലിയൊരു മൌനം തളം കെട്ടിക്കിടക്കുന്നു,
വിശപ്പറിയുന്നില്ല, ദാഹമറിയുന്നില്ല..വാതിലടച്ചു പകലിനെ ഇരുട്ടാക്കി
നിന്നും നടന്നും ഇരുന്നും കിടന്നുംസമയം തള്ളി നീക്കി..
ദിവസങ്ങൾക്കു വർഷങ്ങളുടെ കടുപ്പം..
അടുത്ത പ്രവേശനോത്സവം,
സീനിയേഴ്സ് റാഗ് തകർക്കുന്നഒരു കോളേജ്ദിവസം..
വണ്ടിയില്ലാതെ വണ്ടിയോടിച്ചും

സിഗരറ്റ് ഇല്ലാതെ പുക വലിക്കുകയും ചെയ്തു കൊണ്ടിരിക്കുന്ന അതിഥികൾ..
ഒരുത്തനെ ഷർട്ട് അഴിപ്പിച്ചു,അലക്കി കാണിക്കാൻ..
അവൻ കരയുന്നുണ്ട്,എനിക്ക് സഹതാപം തോന്നി..
സുമുഖനാണ്.. എന്റെ മുന്നിലൂടെ കടന്നു പോയപ്പോൾ
ജാള്യതകൊണ്ട് അവൻ ഉരുകുന്നത് പോലെ തോന്നി..

അടുത്ത രണ്ടു മാസങ്ങൾക്കുള്ളിൽഞങ്ങൾ നല്ല കൂട്ടുകാരാവുകയും
മൂന്നാമത്തെ മാസം പ്രണയത്തിൽ കലാശിക്കുകയും ചെയ്തു..
കോഴ്സ് തീരാറായി..

വർഷങ്ങൾ കടന്നു പോയത്ഇപ്പോൾ അറിയുന്നില്ല..
ജോലിയിൽ കയറി ഉടൻ തന്നെ വിവാഹം ..

ആ ഉറപ്പിന്മേൽ അവന്റെ
നിർബന്ധത്തിനു വഴങ്ങി ഒരു യാത്രക്ക് സമ്മതിച്ചു,.
അന്ന് വരെയുള്ള പ്രണയത്തിൽ ഒരു പുഞ്ചിരിക്കപ്പുറം ,
സംസാരത്തിനപ്പുറം ഒരു സ്പർശനം പോലുമുണ്ടായിട്ടില്ല..

തിരുവാങ്കുളം ,മൂവാറ്റുപുഴ, അടിമാലി, മൂന്നാർ..
ഇതിനിടക്ക് വാല്പാറ വെള്ളച്ചാട്ടത്തിന്റെഅവിടെ മാത്രം ഇറങ്ങി ചൂടോടെ
ഒരു ചായ കുടിച്ചു..

രാത്രി..
പോതമേട് ഒരു റിസോർട്ട്.. അസാധ്യ തണുപ്പ്..
കമ്പനിക്ക് വേണ്ടി ഒരു ഗ്ലാസ് ബിയർ മൊത്തിക്കുടിച്ചു..
പുലരുന്നതിനിടെ മൂന്നു തവണ എന്നെ സ്വന്തമാക്കാൻ ശ്രമിച്ചു..
ഞാനെതിർത്തില്ല,പക്ഷെ എനിക്കൊരു മരവിപ്പ് മാത്രമാണ് അനുഭവിക്കാൻ
കഴിഞ്ഞത്..

ആ ബന്ധം
ആ യാത്രയോടെ അവസാനിച്ചു.. തുടർന്ന് വീട്ടിലേക്ക്..

പ്രഭാതം..
വെയിൽ പിറക്കുന്നു..

വേലിക്ക് പകരം ചെമ്പരത്തിചെടിയാണ് നട്ടു പിടിപ്പിച്ചിരിക്കുന്നത്..
ചെമ്പരത്തിപ്പൂ മഞ്ഞിൽ കുതിർന്നു നിൽക്കുന്നു..
വല്ലാത്തൊരു ആകർഷണീയത..
തിരിഞ്ഞു സൂര്യകാന്തിയിലേക്ക് നോക്കി..

മനോഹരം..

മുറ്റത്ത് നട്ട ചെടികളും പൂക്കളും
എല്ലാം ഇത്രയും അടുത്തറിഞ്ഞു ശ്രദ്ധിക്കുന്നത് ഇന്നാണ് ..
മനസ്സിന് എന്തോ ഒരു തുടിപ്പ്.. ഇതു വരെ തോന്നാത്ത എന്തോ

ഒന്ന്..

പിന്നീടുള്ള പ്രഭാതങ്ങൾക്ക്
എന്റെ കൂട്ട് ചെടികളും പൂക്കളുമായിരുന്നു..പിച്ചിയും തെച്ചിയും മുല്ലയും
വിവിധതരം റോസുകളും അങ്ങനെയങ്ങനെ പുതിയവ
കൊണ്ട് വന്നു രാവിലെ കുളിച്ചുഅവയുടെയെല്ലാം സുഗന്ധം
മൂക്കിനോട് ചേർത്ത് ആസ്വദിക്കും..

അങ്ങനെയിരിക്കെയാണ് ചെന്നൈയിലേക്ക്
ഒരു എക്സാമിനു വേണ്ടി പോവേണ്ടി വന്നത്..

അമ്മയുടെ അകന്ന ബന്ധത്തിലെ
ആന്റിയുടെ മകളുടെ അടുത്ത് വിളിച്ചു താമസം ശരിയാക്കി..

ചെന്നൈ പ്രഭാതം,

ട്രെയിൻ ഇറങ്ങി ഒരു ഓട്ടോ പിടിച്ചുഒരു കുഞ്ഞു അപാർട്മെന്റ് ആണ്..
മൂന്നാമത്തെ നില , അവിടവിടെ പൊട്ടുള്ള ചവിട്ടുപടികൾ..
കോളിംഗ്ബെൽ..

വാതിൽ തുറന്നു.. സുന്ദരിയായ ചേച്ചി..

പൂജാമുറിയിലെ ചന്ദനത്തിരിയുടെ സുഗന്ധം നിറഞ്ഞു നിൽക്കുന്നു..
വല്ലാത്തൊരു പൊസിറ്റീവ് ഫീൽ..
കുളിച്ചു, ഇഡ്ഡലിയും നല്ല ബെസ്റ്റ് ചമ്മന്തിയും..
കൂടെ സ്നേഹം തുളുമ്പുന്ന കുശലാന്വേഷണങ്ങളും,
അൽപനേരം കിടന്നു,
രണ്ടാം ക്ലാസ്സിൽ പഠിക്കുന്ന മകനെ സ്കൂളിൽ ആക്കിയിട്ടു എന്നെയും
സ്കൂട്ടിയിൽ എക്സാം ഹാളിൽ കൊണ്ടാക്കി തന്നു..
അവരവിടെ തന്നെ വെയിറ്റ് ചെയ്തു,
കഴിയുന്നത് വരെ..

കോടമ്പാക്കത്തെ തിരക്കുള്ള ഒരു പകൽ രാത്രിക്കു വഴിമാറി..

രാത്രി ദോശ കഴിച്ചു.. ഒരുക്കിയ മുറിയിൽ കിടന്നു..

മുറിയിലാകെ വല്ലാത്തൊരു സുഗന്ധം നിറഞ്ഞിരുന്നു..

ഉറക്കത്തിന്റെ പാതിയിലെവിടെയോ കുപ്പിവളയിട്ട കൈകളാൽ

വരിഞ്ഞു മുറുക്കുന്ന പോലെ..

സ്വപ്നമല്ല, കണ്ണുകൾ തുറക്കണോ..??

ഇവിടെ ചേച്ചിയും മകനുമല്ലാതെ വേറെ ആരുമില്ല..

ഞാൻ കണ്ണു തുറന്നു..

ചേച്ചി..

വട്ടത്തിലുള്ള ചുവന്ന പൊട്ട്,

എണ്ണക്കറുപ്പു തിങ്ങിയ അഴിച്ചിട്ട മുടി, കണ്മഷി പരന്നിരിക്കുന്നു,

കണ്ണുകൾ കലങ്ങിയിരിക്കുന്നു, ചുടുനിശ്വാസങ്ങൾ ക്രമാതീതമായി

എന്റെ കണ്ണിലും മുഖത്തും ചുട്ടുപൊള്ളുന്ന കനൽ പോലെ വീശിയടിച്ചു കൊണ്ടിരുന്നു..

നിമിഷങ്ങൾക്കകം ഞാൻ കീഴ്പ്പെട്ടു..തൊണ്ടയിൽ കുരുങ്ങിയ വാക്കുകളിലൊന്നിൽ

നാവിലൂടെ ചുണ്ടുകളിൽ എത്തിയപ്പോഴേക്കും ചേച്ചിയുടെ ചുണ്ടുകൾ അതു കവർന്നെടുത്തിരുന്നു..

എന്നെ തൃപ്തയാക്കാൻ, പ്രണയിക്കാൻഒരു പെണ്ണിനെ കഴിയൂ എന്ന സത്യം

ഞാൻ തിരിച്ചറിയുകയായിരുന്നു..

www.ingramcontent.com/pod-product-compliance
Lightning Source LLC
LaVergne TN
LVHW041715060526
838201LV00043B/742
* 9 7 9 8 8 8 5 9 1 3 5 8 4 *